வயிரமுடைய
நெஞ்சு
வேணும்!

சு.உமா மகேஸ்வரி

HER Stories

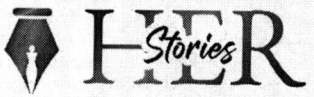

வயிரமுடைய நெஞ்சு வேணும்!
சு.உமா மகேஸ்வரி

Vairamudaiya Nenju Venum!

© S Uma Maheswari

ஹெர் ஸ்டோரிஸ் ஆசிரியர்கள்

நிவேதிதா லூயிஸ், சஹானா & வள்ளிதாசன்

எடிட்டிங் உதவி

மோனிஷா

வெளியீடு

ஹெர் ஸ்டோரீஸ்

15, மகாலக்ஷ்மி அபார்ட்மெண்ட்ஸ், 1, ராக்கியப்பா தெரு, சென்னை-600004

📞 +91 75500 98666   ✉ strong@herstories.xyz   🌐 www.herstories.xyz

நூல் வடிவமைப்பு

UK Designs உதயா

உருவாக்கம்

கலைடாஸ்கோப், சென்னை 📞 +91 9840969757

HS books # 0026 | Her Stories Education # 0002

முதல் பதிப்பு

2023 மார்ச்

₹ 100

என்னுரை

ஆயிரக்கணக்கான குழந்தைகளின் கதைகள்!

'வயிரமுடைய நெஞ்சு வேணும்' எனும் இந்தப் புத்தகம் உருவானது பற்றி கூறவேண்டும் எனில், முகநூல் பக்கத்தில் இட்ட ஒரு பின்னூட்டம்தான் காரணம் என்பேன். 2022 மார்ச் மாதம் முகநூலில் தோழர் நிவேதிதா 'ஹெர் ஸ்டோரிஸ்' பக்கத்தில் ஒரு ஸ்டேட்மென்ட்டைப் பகிர்ந்திருந்தார். பெண்கள் எழுத வரவேண்டும் என்ற கருத்தை வலியுறுத்தும் பதிவு அது. 'நான் எழுதுகிறேன்' என்று பதில் தந்திருந்தேன். எழுதுகிறேன் என்று கூறிவிட்டாலும் எதை எழுதுவது? ஏனெனில் கல்விப் பிரச்னைகள் குறித்து வேறு தளங்களில் எழுதி வருவதால் இங்கு என்ன எழுதுவது என்று யோசனையாக இருந்தது. பெண்கள் பற்றி இருக்க வேண்டும் என நிவேதிதா கூறினார்.

கல்வித் தளத்தில் பெண் குழந்தைகள் சார்ந்து எனக்கான அனுபவங்கள் ஏராளமாக இருக்கின்றன. ஆகவே, அதையே எழுத எண்ணினேன். அதன் தொடர்ச்சியாகவே மார்ச் 30 அன்று ஹெர் ஸ்டோரிஸ் தளத்தில் எனது முதல் கட்டுரை வெளிவந்தது.

பெயர்களை மட்டுமே மாற்றம் செய்து உண்மைச் சம்பவங்களில் பல்வேறு காலகட்டங்களில் என் மனத்தில் நின்ற குழந்தைகள் பற்றி எழுதியுள்ளேன். ஓரிரண்டு கட்டுரைகள் உண்மைப் பெயர்களைத் தாங்கியே எழுதப்பட்டுள்ளன. கதைகளாகக் கூற எண்ணி எழுத ஆரம்பித்தேன். ஆனால், அவற்றின் வடிவம் எப்போதும் போல கட்டுரைகளாகவே முடிவுற்றது. சில கட்டுரைகளை கல்வி சார்ந்தும் குழந்தைகளது பிரச்னைகள் சார்ந்தும் சமகால நிகழ்வுகளை அடிப்படையாகக் கொண்டும் எழுதினேன்.

கல்வி தரும் பள்ளிகளின் சூழல், குழந்தைகளின் கற்றல் செயல்பாட்டை மதிப்பீடு செய்வதில், மதிப்பெண்ணை மட்டும் அடிப்படையாக வைத்து முடிவு செய்கின்றன. இயற்கையான அழகியக் கல்விமுறையானது எந்திரமயக் கல்வி முறையாக மாறி பல வருடங்கள் ஆயிற்று. இந்தச் சிக்கலான மாற்றத்தில் குழந்தைகளின் மனநலம் கொஞ்சமும் கணக்கில் எடுத்துக் கொள்ளப்படாதது மிகப்பெரிய சாபக்கேடு. இன்னும் கூடுதலாகப் பெண்குழந்தைகள், சிறப்புக் குழந்தைகள் எனப் பட்டியல் நீள்கிறது.

இங்கு நான் எழுதியுள்ள கட்டுரைகளில் சொல்லப்பட்ட குழந்தைகளின் கதைகள் போல ஆயிரக்கணக்கான குழந்தைகளின் கதைகளால் நிரம்பியதுதான் நமது கல்விக் கூடங்கள். நம்மால் இயன்ற சிறு வழிகாட்டலைக் கொடுத்தாலும் அவர்களது வாழ்வில் புது வசந்தம் பூக்கும். அப்படியான ஒரு தொகுப்புதான் இந்த சிறு நூல்.

புத்தகம் வெளிவரக் காரணமாக இருந்த ஹெர் ஸ்டோரிஸ் தளத்தின் தோழர் நிவேதிதா லூயிஸ் அவர்களுக்கும், ஒவ்வொரு வாரமும் நான் அனுப்பும் கட்டுரைகளைப் பொறுமையாக திருத்தம் செய்து நேர்த்தியாக வெளிவர செய்த தோழர் வள்ளிதாசன் அவர்களுக்கும் பெரு நன்றியும் அன்பும்.

நூலுக்கு அணிந்துரை வழங்கி அன்பு செய்த வழக்கறிஞர் தோழர் சுசீலா – குழந்தைகள் செயல்பாட்டாளருக்கு அன்பு கலந்த நன்றிகள்.

அதே போல ஒவ்வொரு கட்டுரை வெளிவந்த போதும் வாசித்து பாராட்டுகளை அளிக்கும் முகநூல் நண்பர்கள் மற்றும் எனது மாணவிகள் அனைவருக்கும் அன்பு.

எப்போதும் உடன்நிற்கும் எனது இணையர் கோபாலகிருஷ்ணன், மகள் யாழினி, மகன் கனிஷ்கர் அனைவரையும் இந்தத் தருணத்தில் கூடுதலாக நேசிக்கிறேன்.

சு.உமாமகேஸ்வரி

9976986098

uma2015scert@gmail.com

அணிந்துரை

மாணவிகளின் வாழ்வில் மாயாஜாலங்கள் நிகழ்த்தும் டீச்சர்!

தோழர் உமா மகேஸ்வரியின் 'வயிரமுடைய நெஞ்சு வேணும்' 15 கட்டுரைகளின் தொகுப்பாக வெளிவந்துள்ளது. தமிழக மாவட்டங்களில் விரிந்து பறந்து கிடக்கும் நாற்பதாயிரம் அரசு பள்ளிகளில் பயிலும் 52 லட்சம் மாணவர்களின் கற்றல் கற்பித்தல் சூழலை வாய்க்கு வந்தபடி எல்லாம் எடுத்துச் சொல்லி புதிய கல்விக் கொள்கை 2020–க்கு வக்காலத்து வாங்கும் வாட்ஸாப் பல்கலைக்கழக ரசிகர்களை 2 நாட்களுக்கு உண்டு உறைவிட பள்ளிகளில் சகல வசதிகளும் செய்து தந்து இந்தக் கட்டுரைகளின் தொகுப்பை ஒரு பயிற்சிப் பாடமாகச் சொல்லித் தர வேண்டும். குழந்தைகளை மையமாக்காத எந்த கல்விக் கொள்கையும் சமூகத்துக்கு ஒருபோதும் தேவைற்ற ஆணிகளே. நிலம் வேறு, பண்பாடு வேறு, மொழி வேறு, தொழும் கடவுளரும் மதங்களும் வேறு வேறு... இப்படி எல்லாம் வேறு வேறாக இருக்க கல்விக் கொள்கை மட்டும் ஒரே கொள்கையாக இருந்திட முடியாது.

தோழர் உமா மகேஸ்வரியின் கட்டுரைத் தொகுப்பு உண்மைச் சம்பவங்களை அடிப்படையாகக் கொண்டு எழுதப்பட்டுள்ளன. கட்டுரை முழுக்கப் பயணிக்கும் லட்சுமி டீச்சர் வேறு யாருமல்ல... அது தோழர் உமா மகேஸ்வரிதான் என்பது அவரோடு பயணிக்கிற அனைவருக்குமே தெரியக்கூடியதுதான். காலந்தோறும் தொடரும் பெண் கல்வியின் சிக்கல்களையும் பாராமுகங்களையும் அரசு மற்றும் சமூகங்களின் கூட்டு மனசாட்சியை தன் உரையாடல்களால் கேள்விக்குட்படுத்துகிறார் உமா. எளிய தமிழில் நேர்பட பேசும் இக்கட்டுரைகள் பல உண்மைகளை அனைவரையும் உரக்கப் பேச வைக்க முயலுவதாக தோன்றுகிறது.

எண்பதுகளின் திரைப்படங்களில் ஊருக்கு நடுவே இருக்கும் ஆலமரத்தடியில் குழுவோடு அமர்ந்து ஊர் பிரச்னைகளுக்கு தீர்வு சொல்லும் நாட்டாமைகளின் குழுவில் கட்டாயம் ஓர் ஆசிரியரும் இருப்பார். 18 பட்டிக்கும் தீர்ப்பு சொல்லும் நாட்டாமையையும் அவரின் சொம்பையும்கூட கிண்டல் செய்யும் திரைப்படங்கள் குழுவில் ஒருவராக இருக்கும் ஆசிரியரை மரியாதையோடு ஊரே பார்ப்பதாகத்தான் காட்டின. பத்திரம் முதல் பால் கணக்கு வரை ஆசிரியர்தான் ஊர்மக்களுக்கு பார்த்துக் கொடுப்பார். ஆசிரியர் சொல்லாமல் தம் பிள்ளைகளுக்கு திருமண முடிவுகூட எடுக்க மாட்டாத கிராமங்கள் தமிழ் நாடெங்கும் காணக் கிடைக்கின்றன. எத்தனை வயதான பின்னும்

நமக்கெல்லாம் நினைவில் நிறுத்த பேர் சொல்ல நாம் படித்த அரசுப் பள்ளிகளில் ஓர் ஆசிரியரேனும் கிடைத்தார். இன்று ஆசிரிய சமூகத்தின் நிலை என்ன? தங்களை தாங்களே உணர்தல், உணர்தலின் பொருட்டு இழந்த மாண்புகளை மீட்டுருவாக்கம் செய்தல் ஆகியவை இன்றைய ஆசிரிய சமூகத்துக்கு காலத்தின் கட்டாயம் எனப் சுய பரிசீலனை செய்ய கோருகின்றன இக்கட்டுரைகள்.

போகுமிடமெல்லாம் அன்பை விதைத்துச் செல்லும் ஒரு புத்தனைப் போல வழித்தடத்தில் உள்ள பள்ளிகளையும் வழிக்குக் கொண்டு வந்த அனுபவக் கதைகள் மெய்சிலிர்க்கச் செய்கின்றன. வீடற்றோர், ஒற்றைப் பெற்றோர், பெற்றோர் அற்றோர், ஒரு வேளை உணவுக்காகவே பள்ளிக்கு வருவோர், எனத் தொடங்கி அரசுப் பள்ளிகளுக்குள் காலடி எடுத்து வைக்கும் மாணவ மாணவியர் லட்சுமி டீச்சர் போன்றோரால் எவ்வாறு முன்னுதாரண வாழ்க்கை மாற்றத்தை (Paradigm Life Shift) பெறுகிறார்கள்? எது லட்சுமி டீச்சரை இத்தகைய சமூக பிரக்ஞை உள்ள மனுஷியாக்கியது? ஒரு மாணவியின் வாழ்வில் மாயாஜாலங்கள் செய்ய அவருக்கு பிடிக்கும் நேரம் எத்தனை? இவையெல்லாம் ஓர் ஆய்வுக்கு தகுதியானவை.

நூற்றாண்டுகளாகச் சாதிக்கத் துடித்த பெண்களின் உயர் கல்வி 50 சதவிகிதம்கூட எட்ட முடியாத நிலையில்தான் உள்ளது. அதற்கு கழிப்பறைகள் இல்லாததும் ஒரு காரணம் என்பது பேருண்மை... எனினும் இந்திய கல்விச் சூழலுக்கு இது அவமானம். பெண் தன் தடைகள் கடந்து உயர்கல்வியை எட்டிப் பிடித்து வீட்டுப் படி தாண்டி பணிகளுக்குச் சென்று பொருளீட்டுவது எத்தனை சிக்கலாக உள்ளது? இந்த அரசுப் பள்ளிகளும் இல்லாது போனால் அவர்களின் நிலைதான் என்ன? இந்த நிலையை உணர்ந்ததால்தான் இந்தக் கட்டுரைகளின் நாயகி நம் காலத்தின் கனவு ஆசிரியர் லட்சுமி டீச்சர் தன்னிடம் மனம் விட்டுப் பேச நினைக்கும் மாணவி கடிதம் கொடுத்து விட்டதும் 'வரச் சொல்' போன்ற பதில் எல்லாம் சொல்லாமல் வகுப்பறைக்கே தேடிச் சென்று பேசி வழிகாட்டுதல் செய்கிறார்.

உளத் திடத்தோடு இக்கட்டுரைகளை வாசிப்போருக்கு களம் புரியும். பெண் கல்விச் சிக்கல்களின் உண்மை நிலை புரியும். அரசுப் பள்ளிக் குழந்தைகளின் மனம் புரியும். தம்மோடோ தம் வீட்டு பெண் பிள்ளைகளோடோ ஒப்புமைப்படுத்திக் கொள்ள முடியும். சின்னதாகத் துளிர்க்கும் கண்ணீரை யாருக்கும் தெரியாமல் துடைத்தவாறே எழுந்து அரசுப் பள்ளிகளை பாதுகாக்க உறுதி பூணும். தாமே சாட்சியாயும், அச்சாட்சியுரைகளை கட்டுரைகளாகத் தொகுத்தும் இச்சமூகத்துக்கு தந்த லட்சுமி டீச்சர் எனும் உமா டீச்சரின் உழைப்புக்கு அந்த நொடி வெற்றி கிட்டியிருக்கும்.

வாழ்த்துக்கள்!

ச.சுசீலா
வழக்குரைஞர்
குழந்தை உரிமைகள் செயல்பாட்டாளர்

உள்ளே...

1. கண்ணீருக்கு விடைகொடுப்போம் கண்மணிகளே! 8

2. பயப்படாதே கண்மணியே... 12

3. சங்கரிகளுக்குக் கூடுதல் கவனம் தேவை!.. 17

4. வாழ்க்கையை மாற்றிய ஒரு சிறிய கடிதம்.. 23

5. மாணவர்கள் வன்முறை யார் பொறுப்பு? 29

6. பெற்றோருக்குப் பொறுப்பில்லையா? 33

7. படிக்கும் போதே திருமணம் செய்தால் 38

8. உன்னால் முடியும் கண்ணம்மா 41

9. பெண்கல்விக்குப் பேராபத்து கழிப்பறை பிரச்னைகளே................. 45

10. எல்லாப் பெண் குழந்தைகளுக்கும் உயர் கல்வியைச் சாத்தியப்படுத்துங்கள்! 49

11. பெண் குழந்தைகளுக்குப் பாதுகாப்பை உறுதி செய்ய இயலாதது ஏன்? 52

12. பெண்ணுக்கான சுதந்திரம் எப்போது? 56

13. பெண் குழந்தைகளின் உண்மை நிலை என்ன? 59

14. தொடரும் பெண் குழந்தைகளின் தற்கொலைகள்........................ 63

15. ஹிஜாப் அணிவது எனது உரிமை 68

கண்ணீருக்கு விடைகொடுப்போம் கண்மணிகளே!

இந்த உலகம் சரிபாதி பெண்களால் நிரம்பி இருந்தாலும் அவர்களது இடம் என்னவோ அப்படி இல்லை. ஆண்களுக்கு அடுத்த இடத்தையே பெண்களுக்குத் தர விரும்புகிறது.

அன்றாட வாழ்க்கையில் பிரச்சனைகளையும் வலிகளையும் எதிர்கொள்ளும் சூழல் பெண்களுக்கே அதிகம். இந்தச் சூழலை பெண்களுக்கு நமது சமூகம் குழந்தைகளாக வளரும் போதிருந்தே அறிமுகப்படுத்துவதோடு, அதை நியாயப்படுத்தவும் செய்கிறது.

அப்படியான நிலையில் பள்ளிகளில் பெண் குழந்தைகளுக்கான அணுகுமுறையில் கூடுதல் கவனம் தேவைப்படுகிறது என்பதை வலியுறுத்தவே உங்களுடனான இந்தப் பகிர்வு.

அது ஒரு பெண்கள் பள்ளி.

அன்று காலை மிகவும் உற்சாகமாக லட்சுமி டீச்சர் ஒன்பதாம் வகுப்பிற்குள் நுழைகிறார், எப்போதும் போல.

"குட் மார்னிங் ஸ்டூடன்ஸ்..."

"குட் மார்னிங் மிஸ்!"

"எப்படி இருக்கீங்க?"

"நல்லா இருக்கோம் மிஸ்... நீங்க?"

வழக்கமான வகுப்பறை உரையாடல்களுடன் அன்றைய வகுப்பு தொடங்கியது.

கணக்கு பாடத்திற்கு எப்போதும் கூடுதல் ஊக்கம் தேவைப்படுவதால், அந்த வகுப்பின் நாற்பது மாணவிகளையும் ஒருங்கே கவனிக்க வேண்டி சில வேலைகளைச் செய்கிறார் லட்சுமி ஆசிரியர்.

லட்சுமி பல நாட்களாக அந்தப் பதின்பருவக் குழந்தைகளிடம் பேசிப் பேசிப் புரிய வைத்ததால், சிலரது கண்கள் எப்போதும் சிரித்துக் கொண்டே இருந்தன. சிலரது முகங்களில் வருத்தம் தோய்ந்த ஏக்கம். ஒரு வழியாக சாப்பாடு, போக்குவரத்து, என ஒவ்வொன்றாகக் கேட்டுவிட்டு, அல்ஜீப்ரா தலைப்பை போர்டில் எழுதி பல்லுறுப்புக் கோவையை அறிமுகம் செய்தபோது, ஒரே ஒரு மாணவியின் முகம் மட்டும் அல்ஜீப்ராவுக்குத் தயாராகவில்லை.

இது பாடம் குறித்த பிரச்சனையில்லை. அதையும் தாண்டி வேறு என்று புரிந்து கொண்ட லட்சுமி மற்ற மாணவிகளிடம்,

"கிளாஸ் வொர்க்கில் இதை எழுதுங்க", என்று கூறிவிட்டு, "வடிவு இங்க வாம்மா", என்று அவளை அருகில் அழைக்கிறார்.

அவள் நெருங்கி வரவும், "என்ன ஆச்சு உனக்கு?" என்று விசாரிக்க,

"ஒன்றுமில்லை மிஸ்", என்று சொல்லும்போதே அவளது கண்கள் கலங்க ஆரம்பித்தது.

"நான் இருக்கேன் சொல்லுடா, பாத்துக்கலாம்", என்று சொன்னதுதான் தாமதம்,

வடிவு லட்சுமியின் மடியில் முகம் புதைத்து தேம்பித் தேம்பி அழுகிறாள். நல்ல வேளையாக மற்ற மாணவிகள் பார்க்கா வண்ணம் இந்தக் காட்சிகளை மேஜை மறைத்துக் கொள்கிறது. இரண்டு நிமிடம் அழட்டும் என்று விட்டு லட்சுமி ஆதரவாக வடிவின் தலையை வருடிவிட... மெதுவான குரலில் அவள் பேச ஆரம்பிக்கிறாள்.

வடிவு சொல்வதை எல்லாம் நிதானமாக மனதிற்குள் வாங்கும் ஆசிரியர் லட்சுமி, இந்தச் சிக்கலான மனநிலையிலிருந்து அவளை வெளிக்கொண்டு வரவேண்டும் என்பதை மட்டும் தனது எண்ணத்திற்குள் வைத்து, வடிவைத் தேற்றும் முயற்சியில் இறங்குகிறார்.

வடிவு சொன்னது இதுதான்.

"மிஸ்... வீட்டில அப்பா அம்மாவை அடிக்கிறார். தினமும் இது

நடக்குது. அம்மா பாவம், நான் அப்பாவ போய்க் கேட்டாலும் அம்மா தடுக்குறாங்க. ராத்திரி பன்னண்டு மணிக்கு மேல் ஆவுது, தூங்க முடியல... பயமா இருக்கு. அதனால் இங்க வந்தாலும் அதேதான் ஞாபகத்துக்கு வருது."

வடிவிடம் பேச ஆரம்பித்து நம்பிக்கையை விதைத்த ஆசிரியர், அவளின் முகத்தில் புன்சிரிப்பை வரவழைத்ததே பெருவெற்றியாக நினைக்கிறார். தொடர்ந்து அல்ஜீப்ராவை ஓரங்கட்டிவிட்டு மாணவிகள் அனைவருடனும் உரையாட ஆரம்பிக்கிறார்.

வடிவு ஒருத்தி மட்டுமா இப்படி? வகுப்பின் பாதி மாணவிகளுக்கும் மேல் இப்படியான சூழலில்தான் வளர்கின்றனர்.

இந்தச் சமூகத்தின் பெண்கள் மீதான பார்வை குறித்தும் குடும்பங்களில் நடக்கும் பிரச்சனைகள் குறித்தும் சில உதாரணங்களையும் , அவற்றிலிருந்து பெண்கள் தங்களை எவ்வாறு பாதுகாத்துக் கொள்ள வினையாற்றுகிறார்கள் என்பதையும் பலரின் வாழ்க்கையை மையப்படுத்திக் கூறியதின் விளைவு, வகுப்பின் அனைத்து குழந்தைகளது முகத்திலும் தெளிவைக் காணமுடிந்தது.

அவற்றுடன் பெண்கள் குறித்த சில கட்டுரைகளையும் வகுப்பு முழுவதும் வாசிக்கத் தந்தார். இதனால் பல குழந்தைகளின் எண்ணங்களளை வலிமையூட்ட முடிந்தது.

அதன் பின் வடிவின் பெற்றோர்களை வரவழைத்து உரையாடுகிறார் லட்சுமி. குழந்தைகளது கண்முன்னே வீட்டில் சண்டை, தகராறு போன்ற சூழலை உருவாக்கிவிட்டால் வாழ்நாள் முழுவதும் அவர்களது உளவியலை பாதிக்கும் என்பதை பேசிப் புரிய வைக்கிறார். அவர் எடுத்த முயற்சி ஓரளவு பயன் தந்தது.

இப்போதெல்லாம் வடிவை சிரித்த முகத்துடன் காண முடிகிறது. வகுப்புத் தலைவியாக வலம் வரும் வடிவைப் பார்க்கும் போது ஏதோ ஒரு இனம் புரியாத மகிழ்ச்சி லட்சுமியை ஆட்கொள்கிறது.

என்ன செய்யலாம்?

பள்ளிகளில் குறிப்பாக அரசுப் பள்ளிகளில் படிக்கும் பெண் குழந்தைகளின் வீட்டுச் சூழலும், இந்த சமூகத்தில் நிலவும் பெண்களுக்கான அழுத்தம் மிகும் புறச் சூழலும் ஒன்றை ஒன்று பிரித்திட இயலாதது. இதனால் வடிவு போன்ற பெண் குழந்தைகள் தங்கள் எதிர்காலத்தை, வாழ்வைத் தொலைத்துவிடும்

அபாயங்கள் இருப்பதால், ஆசிரியர்களுக்கு அவர்களைக் காக்க வேண்டிய பொறுப்பும் வழிகாட்டி அழைத்துச் செல்ல வேண்டிய கடமையும் இருக்கிறது. வகுப்பறைகளில் ஆசிரியர் இரண்டாவது பெற்றோராக வேண்டியத் தேவை இன்றைய காலகட்டத்தில் மிகவும் அவசியமாகிறது.

ஆசிரியர்கள் பாடங்களை நடத்துவதில் மட்டும் கவனம் செலுத்தாமல், ஒவ்வொரு குழந்தைக்கும் உரிய நேரத்தை செலவிடத் தங்களைத் தயார் நிலையில் வைப்பதுடன் உளவியல் ரீதியாக அணுகுவதும்தான் தீர்வாக அமையும்.

சு. உமாமகேஸ்வரி

பயப்படாதே கண்மணியே...

அது ஒரு மதிய இடைவேளை நேரம். அதற்கு முன்பு ஆறாவது பிரிவுவேளையின் போது லட்சுமி டீச்சர் எட்டாம் வகுப்பில் கணக்குப் பாடம் நடத்திக்கொண்டிருந்தார்.

பாடத்தை நடத்திய பிறகு, மாணவிகள் கணக்குப் போட்டுக்கொண்டிருப்பதை அருகே சென்று பார்த்து, திருத்தங்கள் சொல்லி, வகுப்பை ஒரு சுற்றுச் சுற்றிவிட்டு வெளியே வாசலுக்கு வந்து நின்று இரண்டடி முன்னால் நகர்ந்து கீழே எட்டிப் பார்க்கிறார்.

ஒரே மகிழ்ச்சி... காரணம், அவர் வகுப்பாசிரியராக இருக்கும் ஒன்பதாம் வகுப்புக் குழந்தைகள் உற்சாகமாகத் தங்கள் PET (உடற்கல்வி) பிரிவுவேளையின் சாகசங்களைச் செய்துகொண்டிருந்தனர்.

ஒரு குழு கைப்பந்து விளையாட, மற்றொரு குழு கோ-கோ விளையாட்டில் வீறிட்டுக் கத்திக்கொண்டு, மகிழ்ச்சியாக ஓடிக்கொண்டிருந்தனர்.

அவர்கள் தான் எத்தனை சந்தோஷமாக விளையாடுகின்றனர், இந்த வாய்ப்புகள் எல்லாம் பெண் குழந்தைகளுக்கு ரொம்ப நாட்கள் நீடித்தால் பரவாயில்லை, ஆயிற்று இன்னும் சில மாதங்களிலேயே பத்தாம் வகுப்பு பொதுத் தேர்வு வந்து விடப்

போகிறது. விளையாட வேண்டாம் என்று சொல்லிவிடப் போகிறார்கள் என்று லட்சுமி யோசித்து கொண்டிருக்கையில் இடைவேளை மணியடித்தது.

குழந்தைகளிடம் நன்றி கூறிவிட்டு, ஆசிரியர்கள் அறைக்கு படியிறங்கித் தரைத் தளத்திற்குச் சென்றார்.

இடைவேளை என்பதால் கழிப்பறைகளுக்குச் செல்லவும் தண்ணீர் குடிக்க, விளையாட எனப் பள்ளி முழுவதும் ஒரே பரபரப்பு. கூட்டம் கூட்டமாகக் குழந்தைகள் பரவி இருந்தனர். தலைமை ஆசிரியரது அறையைத் தாண்டி தான் ஆசிரியர்களது அறை. அதை நோக்கி நடந்த லட்சுமியின் கால்களை நிறுத்தின அந்தக் குரல்கள்.

“மிஸ் ... மிஸ் ....” அனிதாவும் கமலாவும் ஓடி வந்து மூச்சிரைக்கப் பேசியது கேட்டு லட்சுமிக்கு பகீர் என்றது.

“என்னம்மா?”

“நம்ம க்ளாஸ் செல்வராணிக்கும் +2 அக்காங்களுக்கும் என்னமோ பிரச்னை மிஸ் ...”

“செல்வராணி ஹெச்சம் ரூம்ல இருக்கா...”

“என்ன பிரச்சனை?” பதைபதைத்துப் போய் லட்சுமி டீச்சர் கேட்க, இடைவேளை முடிந்ததற்கான மணி சத்தம் நீண்ட ஒலி எழுப்பியது.

“நீங்க ரெண்டு பேரும் வகுப்புக்குப் போங்க” என்று அனுப்பி விட்டு , தலைமையாசிரியர் அறை நோக்கி நகர்கிறார் லட்சுமி.

பத்துக்கும் மேற்பட்ட ஆசிரியர்கள் தலைமையாசிரியருடன் சேர்ந்து இரண்டு பெண் குழந்தைகளையும் சுற்றி நின்றுகொண்டிருந்தனர்.

குற்றவாளிகள் கூண்டில் நிறுத்தியது போல அந்தக் குழந்தைகளை நிற்க வைத்திருந்த காட்சியைப் பார்த்ததும்,

‘என்ன இது, இப்படி கும்பலாக நிற்கும் ஆசிரியர்களிடமிருந்து இந்தக் குழந்தைகளைக் எப்படி காப்பாற்றுவது?’ என்ற யோசனையில் லட்சுமி டீச்சர் நடப்பதைக் கவனித்தார்.

நடந்தது இதுதான்.

ஒன்பதாம் வகுப்பு செல்வராணி தன் தோழிகளுடன் கழிப்பறைக்குச் சென்றுவிட்டு அங்கிருந்த தொட்டி தண்ணீரில்

கை வைத்து விளையாடிக்கொண்டிருக்கிறாள். பன்னிரெண்டாம் வகுப்பு படிக்கும் ரேணுகா தனது தோழிகளுடன் அங்கே நடந்து வந்தபோது, செல்வராணியின் கைகளிலிருந்த நீர்த் திவலைகள் ரேணுகாவின் மீது தெறித்துவிட்டன. இருவரும் மாறி மாறிப் பேச, சண்டை வளர்ந்துவிட்டது. உடனே ரேணுகா ஒரு வாளியில் தண்ணீரை எடுத்து செல்வராணியின் மீது சளேர் என ஊற்ற, செல்வராணி ரேணுகாவை அடித்துவிட்டாள்.

அதற்குள் இருவரையும் தனித்தனியாக இரு மாணவிக் குழுக்கள் இழுத்து, ஆசிரியரிடம் அழைத்து வர, பிரச்சனை தலைமையிடம் போய்விட்டது.

இனி நடந்தது...

இரு குழந்தைகளும் பள்ளி மாணவிகள் தாம். ஆனால், தலைமை ஆசிரியர் வயதில் சிறிய செல்வராணியைத் தான் குற்றம் சொல்கிறார்.

'நீ எப்படி உன்னைவிடப் பெரியவளை அடிக்கலாம்? உனக்கு டிசி கொடுக்கிறேன் பார். உங்கப்பாவை வரச் சொல்' என, அங்கு நின்றுகொண்டிருந்த மொத்த ஆசிரியர்களும் தலைமைக்கு ஆதரவாக செல்வராணியைக் குற்றவாளி ஆக்கி கத்தி போல் சொற்களை வீசினர்.

அந்த இடத்திற்கு வந்த லட்சுமி டீச்சர், "ஏன் செல்வா அடிச்சே? டீச்சர் கிட்ட சொல்லலாம்ல?" எனக் கேட்க, செல்வராணி ஓடி வந்து அவரை கட்டிக்கொண்டு கதறினாள்.

அதற்குள் ஆசிரியர் சிலர் செல்வராணியின் அக்காவை வரவழைத்துவிட, ஊரில் வேலை செய்யும் அவர்கள் அப்பாவிற்கும் தகவல் சென்றுவிட்டது. அங்கிருந்த ஆசிரியர்கள் செல்வராணி மீது குற்றங்களை அடுக்க, அவள் அக்காவும் அழுதாள்.

"மிஸ், இப்ப எல்லாம் அதிகமா செல்வா கோபப்படுறாள், வீட்லயும் இப்படித்தான்" என்று கூற, தலைமை ஆசிரியர் கோபத்தின் உச்சிக்கே சென்றுவிட்டார்.

லட்சுமிக்குச் செல்வராணியின் குடும்ப நிலை தெரியும். பெற்றோரைப் பிரிந்து பாட்டியுடன் வாழும் குழந்தை. வளரிளம் பருவத்தால் பல்வேறு உளச் சிக்கல்களைக் கடந்து வரும் மாணவி. பொருளாதாரச் சூழலாலும் சற்றே நலிவுற்றக் குழந்தை. இவற்றை எல்லாம் எடுத்துக் கூற லட்சுமி முயற்சிக்க, தலைமை ஆசிரியர்

கேட்க மறுத்துவிட்டார். ஒரு மணி நேரத்திற்கும் அதிகமாக இந்தப் பிரச்சனை நீண்டு, பள்ளி நேரம் முடிந்து வீட்டுக்குப் போக ஆரம்பித்தனர்.

ஒரு வாளி தண்ணீரை மேலே கொட்டி, தன் உடையை நனைத்ததால் தான் என்னை மீறிக் கோபப்பட்டேன் என்ற செல்வராணி, தன் தரப்பு நியாயத்தை எடுத்துச் சொல்ல வாய்ப்பு தர மறுக்கும் தலைமை ஆசிரியர், அவர் சொல்வதற்குத் தலையாட்டும் ஆட்டு மந்தை ஆசிரியர்கள் கூட்டம், இப்படியான சூழலிலிருந்து செல்வாவைக் காப்பாற்றி, தனது ஆசிரியர் அறைக்கு அழைத்துச் சென்று அவளை வருடிவிட, செல்வா மீண்டும் லட்சுமி டீச்சரைக் கட்டிக்கொண்டு அழுதாள்.

கண்ணீரைத் துடைத்த லட்சுமி டீச்சர், அவளுக்குத் தைரியம் சொன்னதுடன், அவளிடம் இருக்கும் தனித்திறன்களை எடுத்துக் கூறி, அதை மேம்படுத்தக் கூறினார்.

"மிஸ், என்னால தான் உங்களுக்குக் கெட்ட பேரு, சாரிங்க மிஸ்" என வருந்தி இன்னும் அழுகையை நிறுத்த முடியாமல் தவித்தாள்.

"இங்க பாருடா, இது ஒரு பிரச்சனையே இல்ல. ஸ்டூடன்ஸ்க்குள்ள சண்டை வர்றது சாதாரண விஷயம். விடு, நீ அந்த அக்காவை அடிச்சது தான் எல்லோருக்கும் கோபம்" எனக் கூறினார்.

இருவரையும் வீட்டிற்கு அனுப்பி வைத்ததோடு மீண்டும் அடுத்தடுத்த நாட்களில் அவளிடம் 'நான் இருக்கேன், பயப்படாதே!' என நம்பிக்கை தரும் வகையில் பேசினார். இப்போது செல்வராணி பயத்தைவிட்டு, சகஜமாக வலம் வந்தாள்.

சிரித்த முகத்துடன் அனைவரிடமும் பழகுவதுடன் படிப்பில் கவனம் செலுத்தி, பத்தாம் வகுப்பில் முதல் மாணவியாகவும் தேர்ச்சி பெற்றாள். மேலும் வாசிப்பில் அதீத ஆர்வம் கொண்ட செல்வராணி, லட்சுமி டீச்சரின் உதவியால் தன் வாசிப்பின் எல்லையை விரிவாக்கிக்கொண்டாள்.

ஆனாலும் கூட செல்வாவால் அந்த அவமானத்தை மறக்க இயலவில்லை. அது அவள் மனதில் ஆழமான வடுவாகப் பதிந்துவிட்டது.

என்ன செய்யலாம்?

பள்ளியில் சாதாரணமாக இரு குழந்தைகளிடையே சண்டை

வருவதும் அது அடிதடி வரை போவதும் இயல்பான ஒன்று தான். பெண் குழந்தைகள் என்பதாலேயோ, அல்லது வயதில் சிறியவள் என்பதாலேயோ பொறுத்துப் போக வேண்டும் என்று செல்வராணியைக் கூறுவது சரியல்ல. முதலில் இந்தப் பிரச்னையைத் தலைமை ஆசிரியர் அணுகிய விதமே ஏற்புடையதல்ல.

வகுப்பு ஆசிரியர்களையும் மாணவிகளையும் மட்டும் வைத்து, மற்றவரைக் கூட்டம் கூடாமல் அனுப்பி விட்டு, விசாரித்து எச்சரிக்கை செய்யலாம். அறிவுரை கூறலாம். இருவரையுமே கண்டிக்கலாம். அதை விடுத்து வலிமையற்றதாலேயே வயதில் சிறிய மாணவியை மட்டும் மாண்பற்ற சொற்களால் திட்டியது குழந்தை உளவியலுக்கு எதிரானது. குழந்தைகள் தவறை உணரவோ சரி செய்யவோ நேரமும் வாய்ப்பும் வழங்க வேண்டும். அதை விடுத்து வாய்க்கு வந்தபடி திட்டுவதும் மாற்றுச் சான்றிதழ் தருவதாக மிரட்டுவதும் சட்டத்திற்குப் புறம்பானது. தலைமை ஆசிரியர் என்பதாலேயே அதிகாரம் செலுத்தும் போக்கும் கண்டனத்திற்குரியது.

ஒரு குழந்தை செய்யும் தவறு என்பது குடும்பச் சூழல், தனி நபரின் பண்பு, ஹார்மோன்களின் பங்கு என அனைத்தையும் சார்ந்தது. அவற்றை மனதில் கொண்டு உளவியல் சார்ந்த அணுகுமுறையைக் கையாள ஆசிரியர்கள் பயிற்சி எடுத்துக்கொள்வது அவசியம். பள்ளிகளில் கல்வித் துறை 'மாணவர் மனசு' என்று புகார்ப் பெட்டிகளை வைத்தால் மட்டும் போதாது. களத்தில் இவ்வாறு நடக்கும் அராஜகங்களைக் கண்டறிந்து களைய வேண்டும்.

லட்சுமி ஆசிரியரின் அரவணைப்பும் இல்லாமல் போயிருந்தால் செல்வராணி போன்ற மாணவியின் வாழ்க்கை திசை மாற வாய்ப்புண்டு. ஆகவே பள்ளித் தலைமைகளும் ஆசிரியர்களும் தங்கள் கிரீடத்தைக் கழற்றிவிட்டு சக மனுஷியாகக் குழந்தைகளைத் தாய்மை உணர்வுடன் அணுகினால் நல்லது.

சங்கரிகளுக்குக் கூடுதல் கவனம் தேவை!

அன்புள்ள லட்சுமி டீச்சருக்கு,

உங்கள் மாணவி ரோகிணி எழுதுவது. எனக்கு உங்களுடன் பேச வேண்டும்.

இப்படிக்கு

அன்பு மாணவி

பழுப்பேறிய அரை வெள்ளைத் தாளில் இப்படி இரண்டு வரி எழுதிய ஒரு கடிதத்தை, பத்தாம் வகுப்பு மாணவியான மைதிலி தயங்கியபடியே கொடுத்துச் சென்றதை அசை போடுகிறார் லட்சுமி டீச்சர்.

பத்து வருடங்களுக்கு முன்பு தன் வகுப்பில் படித்த சங்கரியைக் குறித்து மற்ற ஆசிரியர்களின் கருத்தும் புறந்தள்ளலுமே அதற்குக் காரணம். சங்கரி அப்போது ஆறாம் வகுப்பில் பயின்று வந்தாள். சிறப்புக் குழந்தைக்கான அனைத்து அறிகுறிகளும் அவளிடம் இருந்தன. ஆனால், இன்றுள்ளது போல கல்வித் துறையில் சிறப்புக் குழந்தைகளுக்கான கவனம் இல்லாத நாட்கள் அவை.

சங்கரி வகுப்பில் மற்ற குழந்தைகள் போல ஓர் இடத்தில் உட்கார்ந்து வகுப்பைக் கவனிக்க மாட்டாள். திடீரென்று வகுப்பிலுள்ள மற்ற மாணவிகளைக் கடித்துவிடுவாள். அவர்கள் ஆடையை இழுத்து அடிப்பது, எச்சில் துப்புவது என நிறைய

பழக்கங்கள். எப்போதாவது என்றால் பரவாயில்லை, எப்போதும் இப்படி ஏதாவது ஒரு சேட்டை இருக்கும்.

லட்சுமி டீச்சரிடம் மட்டும் புன்னகை ததும்பும் முகத்துடன் வளைய வரும் சங்கரி. மற்ற ஆசிரியர்களைக் கண்டால் முறைத்துப் பார்க்கும் தன்மையும் கண்களை நேரில் சந்திக்காத தன்மையும் என வேறுபட்டு இருப்பாள். காரணம் லட்சுமி டீச்சர் சங்கரியைச் சினேகத்துடன் பார்ப்பதும் பேசுவதுமேயன்றி, வேறில்லை.

அவளது கணக்கு நோட்டை மட்டுமல்ல, எந்த நோட்டுகளையும் பார்க்க முடியாத வகையில் கிறுக்கி இருப்பாள். நடுநடுவே கிழித்தும் எறிந்து இருப்பாள். ஆனால், இவற்றை எல்லாம் அவள் அறிந்து செய்யவில்லை என்பதைச் சில வாரங்கள் உற்று நோக்கலுக்குப் பிறகு புரிந்துகொண்ட லட்சுமி டீச்சர், சின்ன மாறுதல்களையாவது சங்கரியிடம் உண்டாக்கிவிட வேண்டுமென்று நினைத்தார்.

அதோடு மட்டுமில்லாமல் தினமும் வகுப்பிற்குச் செல்லும் போது சங்கரியை அழைத்து, இரண்டு மூன்று நிமிடங்கள் பேச்சுக் கொடுப்பார். ஆரம்ப நாட்களில் சங்கரி, லட்சுமி டீச்சரிடம் பிடி கொடுக்கவில்லை. டீச்சர் பேசும் போது எதுவுமே சொல்லாமல் வெளியே ஓடி விடுவதும், கீழே பார்ப்பதும் என வாரக் கணக்கில் சங்கரி போக்குக் காட்டினாள்.

சக ஆசிரியர் தோழமைகள் லட்சுமியை எச்சரித்ததோடு, வேறு வேலை இல்லையா என்று கேலிப் பேசினர். மனம் தளராத லட்சுமியின் முயற்சிக்கு ஒரு நாள் பலன் கிட்டியது. லட்சுமி டீச்சரை சினேகமாகப் பார்க்க ஆரம்பித்தாள் சங்கரி. இதுவே மிகப்பெரிய வெற்றியாக லட்சுமிக்குத் தெரிந்தது.

அவள் பெற்றோர், உடன் பிறந்தவர்கள், அவளுக்குப் பிடித்த மனிதர்கள், அவளுக்குப் பிடித்த நிறம், பிடித்த சாப்பாடு எனத் தினமும் சங்கரியிடம் பேசும் போது அவளையும் அறியாமல் ஆசிரியர் மீது நேசம் காட்ட ஆரம்பித்திருந்தாள் சங்கரி.

இப்போதெல்லாம் வகுப்பறையில் அவ்வளவு குறும்பு செய்வதில்லை. எச்சில் துப்புவது இல்லை. அடிப்பதும்கூடக் குறைந்திருக்கிறது. லட்சுமி டீச்சர் வேறு வகுப்புகளுக்குச் செல்லும்போது திடீரென்று சங்கரி தனது வகுப்பில் இருந்து ஓடிவந்து, லட்சுமி டீச்சரைத் தொட்டுக் கூப்பிட்டுச் சிரிப்பாள்.

எப்போதெல்லாம் டீச்சரின் புடவையைப் பிடித்து

இழுக்கிறாளோ அப்போதெல்லாம் அவளுக்கு டீச்சரிடம் பேசுவதற்கு ஏதோ ஒரு தேவையுள்ளது என்று அர்த்தம். டீச்சரும் இரண்டு நிமிடங்களாவது அன்பாகப் பேசிச் செல்வார்.

இப்படியாக சங்கரியின் ஆறாம் வகுப்பு முழு ஆண்டுத் தேர்வு வரை தொடர்ந்தது. இடையிடையே அவளுடைய நோட்டுகளை அழகாக வைத்துக்கொள்ள இன்னும் சில முயற்சிகளைச் செய்தார். அதிலும் லட்சுமி டீச்சர் வெற்றி கண்டார்.

அவ்வப்போது ஆசிரியர் அறையில் சங்கரி குறித்துப் பேச்சு வரும்போதெல்லாம் சிறு சலசலப்பும் வரும். சங்கரிக்குப் பரிந்து பேசும் லட்சுமி டீச்சரும், அதை எதிர்த்துச் சண்டையிடும் வேறு சில ஆசிரியர்களும் என நாட்கள் நகர்ந்தன.

அப்போதெல்லாம் முப்பத்தி ஐந்து மதிப்பெண்கள் வாங்கவில்லை என்றால் தேர்ச்சி இல்லை என்று ஒரு மாணவனை அல்லது மாணவியைப் பள்ளியை விட்டு வெளியேறச் செய்யக்கூடிய முறை இருந்து வந்தது. அதையே குறிக்கோளாகக் கொண்டு மற்ற நான்கு பாட ஆசிரியர்களும் சங்கரியை ஃபெயில் என்று முத்திரைக் குத்துவார்கள். ஆனால், லட்சுமி டீச்சர் அவளுக்கும் நாம் உள்ளடங்கிய கல்வியைக் கொடுத்தாக வேண்டும் என்று கட்டாயமாகத் தனது பாடத்தில் தேர்ச்சி போடுவார். இதனாலேயே அடுத்தடுத்த வருடங்களில் பள்ளிக்குள் பிரச்சனையாக இருந்தது. ஏனென்றால் எல்லோருடைய கவனமும் பத்தாம் வகுப்பு பொதுத்தேர்வில் மட்டுமே.

இப்படியே ஒவ்வொரு வகுப்பிலும் இவளைத் தேர்ச்சி போட்டுக்கொண்டே வந்தால், பத்தாம் வகுப்பில் வந்து நாம்தான் கஷ்டப்பட வேண்டும். அரசுக்குப் பதில் சொல்லியாக வேண்டும் என்று பல வாக்குவாதங்கள் நிகழும்.

லட்சுமி டீச்சர் எல்லாக் குழந்தைகளுக்குமே மதிப்பீட்டு முறையில் மாற்றமான ஒரு முறையைத்தான் கடைபிடித்துவந்தார். இப்போது அது தொடர் மற்றும் முழுமையான மதிப்பீடு என்று மாற்றத்திற்கு உட்பட்டு, கடந்த 10 ஆண்டு காலமாக அரசே பின்பற்றிவருகிறது.

லட்சுமி டீச்சர் அவரது பாடத்தில் எடுக்கக்கூடிய மதிப்பெண்களோடு, அவர்களிடம் இருக்கும் தனித்திறமைகளான ஓவியம், பாட்டு, நடிப்பு, செயல் திட்டங்கள் - மரம் வளர்ப்பு,

கோலம் போடுதல், வகுப்பறைகளைத் தூய்மையாக வைத்தல், சில ஒழுங்கான செயல்களைச் செய்தல், வகுப்பில் அமைதியாக இருத்தல், நேரத்திற்குப் பள்ளிக்கு வருதல், பள்ளிக்கு விடுப்பு எடுக்காமல் வருதல், புத்தகங்களை வாசித்தல் என்று பலவற்றையும் சேர்த்தே மதிப்பெண் போடும் வழக்கத்தை முறையாக வைத்திருந்தார்.

அவ்வளவு ஏன், அந்த வகுப்பின் வெளியே மாணவர்கள் செருப்பைச் சரியாக அடுக்கி வைத்தாலும், அதைச் செய்யக்கூடிய மாணவனுக்கு அல்லது மாணவிக்கு இரண்டு மதிப்பெண்கள் கொடுப்பது லட்சுமி டீச்சரின் வழக்கம். இப்படியாக ஒரு குறிப்பிட்ட செயலுக்காக, 10 மதிப்பெண் என்ற அளவில் மதிப்பெண்களும் மீதியைக் கேள்வித்தாளில் படித்து தேர்வில் வாங்கக்கூடிய மதிப்பெண்களுடன் எழுதிச் சேர்த்து, அவர்களை அந்த 35க்குக் கொண்டு வந்துவிடுவார். முழு ஆண்டுத் தேர்வில் அரசுப் பள்ளிகளில் அப்போதெல்லாம் முப்பத்தி ஐந்து என்பதை எல்லாப் பாடங்களிலும் இல்லாமல் ஒரு சில பாடங்களில் குறைவாக வைத்த பரிந்துரைகளும் நடந்தன. அந்தப் பிரிவில் சங்கரியைக் கொண்டு வந்து, அவளை ஃபெயிலாகாமல் பாதுகாத்து வந்தார் லட்சுமி டீச்சர்.

ஒவ்வொரு வருடமும் இது தொடர்ந்து, சங்கரி ஒன்பதாம் வகுப்பிற்கும் வந்துவிட்டாள். குறும்புப் பார்வையும் துறுதுறு செயல்களும் வகுப்பு மாற மாற சற்றே குறைந்தாலும் ஆசிரியர்கள் என்னவோ அவளை ஒன்பதாம் வகுப்பிலிருந்து பத்தாம் வகுப்புக்கு அனுப்பக் கூடாது என்பதில் உறுதியாக இருந்தனர். அதைவிட உறுதியாக இருந்தார் லட்சுமி டீச்சர். சங்கரி பத்தாம் வகுப்பு வரையாவது இடைநிற்றல் இல்லாமல் பள்ளிக்கு வர வேண்டும்.

அரசு வழங்கும் தையல் மிஷினை பெற்று தொழிற்கல்வி பயிலவும் கூட அவளுக்கு பத்தாம் வகுப்பு சான்றிதழ் தேவைப்படுமே என்று பிடிவாதம் பிடித்தார். ஆனால், சங்கரி 9ஆம் வகுப்புக்கு வரும் போதே 3 பாடங்களில் தேர்ச்சி பெறும் திறன் பெற்றுவிட்டிருந்தாள். ஆகவே லட்சுமி டீச்சருக்கு இது ஒரு வலிமையான காரணம் அவளைப் பத்தாம் வகுப்பிற்கு அனுப்புவதற்கு.

இது ஒரு புறம் என்றால் மற்றொரு புறம் சங்கரியின் வயது உயர உயர உடல் உறுப்புகள் வளர்ச்சி, மன எழுச்சியின் மாற்றம் என சேர்ந்துகொண்டன. இந்த நிலையில் கூடுதலாகச் சங்கரிக்கு

வழிகாட்டுதல்கள் தேவைப்படுவதை உணர்ந்த லட்சுமி டீச்சர், ஒரு நாள் சங்கரியின் வீட்டுக்குச் சென்று அவள் அம்மா, பாட்டியுடன் பேசி வாரத்தின் இறுதி நாட்களில் சங்கரியைத் தனது வீட்டிற்கு அழைத்து வரச் சொன்னார்.

ஓராண்டு காலம் தொடர்ச்சியாகச் சங்கரிக்கு புத்தகப் பாடத்துடன் சேர்த்து பெண் குழந்தைகளின் பாதுகாப்பு குறித்தும் தன்னைக் தற்காத்துக்கொள்வது பற்றியும் பட விளக்கங்களுடன் சொல்லிப் புரிய வைத்தார். சங்கரியை முழுமையான ஒரு புரிதலுக்கு உட்படுத்திய லட்சுமி டீச்சர், திடீரென்று பணி மாறுதல் வந்ததால் வேறு பள்ளிக்குச் சென்றுவிட்டார்.

சில வருடங்கள் கழித்து மீண்டும் பழைய பள்ளிக்கு வந்தபோது, லட்சுமி டீச்சருக்குப் பல நினைவுகளுடன் சங்கரியும் நினைவுக்கு வந்தாள். அவளைப் பற்றி விசாரித்த போது, பத்தாம் வகுப்பில் அனைத்துப் பாடங்களிலும் தேர்ச்சி பெற்றுவிட்டதாகவும் தொடர்ந்து மேல்நிலைக் கல்வியும் முடித்து, தற்போது கல்லூரியில் நுழையக் காத்திருப்பதாகவும் சொல்வதைக் கேட்ட லட்சுமி டீச்சரின் கண்களில் நீர் வழிந்தது. நெகிழ்ச்சியின் உச்சம் அது. அந்தத் தருணத்தைத் தான் ரோகிணியின் கடிதத்தை வாசிக்கும் போது நினைவுகளில் மீட்டெடுத்தார் லட்சுமி டீச்சர். ரோகிணியைப் பற்றி அடுத்த அத்தியாயத்தில் பார்க்கலாம்.

என்ன செய்யலாம்?

பள்ளிகளில் குறிப்பாக அரசுப் பள்ளிகளில் பல நிலைகளில் சிறப்புக் கவனம் தேவைப்படும் குழந்தைகள் ஒரு குறிப்பிட்ட சதவிகிதம் பயில்கின்றனர். உடல் குறைபாடுகள், உள்ளக் குறைபாடுகள், உணர்வுக் குறைபாடுகள் என மருத்துவ ரீதியாக இருபதுக்கும் மேற்பட்ட பெயர்கள் கொண்டவையாக அவை இருக்கின்றன. கல்வித் துறையில் சிறப்பாசிரியர்கள் மிகச் சிறிய எண்ணிக்கையில் நியமிக்கப்பட்டு இயங்கி வருகின்றனர். ஆனால், கணக்கு காட்ட, பதிவேடு தயாரிக்க என அவர்கள் செலவழிக்கும் நேரத்தைத் தவிர, மற்ற நேரத்தில் அவர்களால் சிறப்புக் கவனம் தேவைப்படும் குழந்தைகளுக்கு வேறு எதுவும் செய்யமுடிவதில்லை.

இத்தகைய குழந்தைகளுக்கு உள்ளடங்கிய கல்வி (Inclusive Education) தருவதாகக் கூறி, இயல்பான வகுப்பறைகளில் தான் அமர வைக்கிறோம். இருப்பினும் இவர்களுக்குக் கற்பிக்கும் ஆசிரியர்கள் துறை ரீதியாகச் சரியான வழிவகையில் பயிற்சி

சு. உமாமகேஸ்வரி

பெற்றவர்களாகவும் நுட்பமான வகைகளில் பிரச்சனைகளை உற்று நோக்குபவராகவும் இருத்தல் சிறப்பு.

அது மட்டுமின்றி இப்படியான குழந்தைகளுக்கு ஆசிரியர்கள் தங்கள் நேரத்தையும் உழைப்பையும் சற்றுக் கூடுதலாகவே தரத் தயாராக வேண்டும். இல்லை என்றால் சங்கரி ஆறாம் வகுப்பிலேயே இடைநிற்றல் (drop out) ஆகியிருக்க வாய்ப்புண்டு. பெண் குழந்தைகளைக் கல்வி கற்க வைப்பது நம் சமூகங்களில் அவ்வளவு எளிதன்று. ஆகவே எல்லாவற்றையும் யோசித்து, பெண் குழந்தைகளுக்கு வாய்ப்புகளை உருவாக்குவதுடன் அவர்களைச் சமூகத்தில் வாழத் தகுதியானவராக மாற்றும் பொறுப்பு ஆசிரியர்களுடையது தான் என்பதை நினைவில் கொள்ள வேண்டும்.

வாழ்க்கையை மாற்றிய ஒரு சிறிய கடிதம்

சங்கரியைப் பற்றிய நினைவுகள் முடிவுக்கு வரும்போது தனது கையிலிருந்த பழுப்பேறிய காகிதத்தில் எழுதிய கடிதத்தைப் பிரித்துப் பார்க்கிறார் லட்சுமி டீச்சர்...

அன்புள்ள லட்சுமி டீச்சருக்கு,

உங்கள் மாணவி ரோகிணி எழுதுவது...

எனக்கு உங்களுடன் பேச வேண்டும்.

இப்படிக்கு

அன்பு மாணவி

இப்படி எழுதியிருந்த கடிதத்தின் பின்னணியைப் புரிந்துகொள்ள லட்சுமி டீச்சருக்கு கொஞ்சம் கால அவகாசம் தேவைப்பட்டது.

'ஆமாம், பார்ப்பதற்குத்தான் எளிதாக பொட்டப்புள்ளைங்க படிக்குதுங்கன்னு சொல்றாங்க. ஆனால் அதிலும் எத்தனைச் சிக்கல்கள் என்று அவர்களுக்கு தெரியுமா?'

அது இரு பாலரும் படிக்கும் ஒரு கிராமத்துப் பள்ளி. அந்த ஊரைப் பொறுத்தவரை பெண் குழந்தைகளுக்குக் கல்வி என்பது பெரும்பாலும் பள்ளிக் கல்வி வரை மட்டுமே. காரணம், தொடக்கப் பள்ளியும் மேல்நிலைப் பள்ளியும் அந்த ஊரின் அடுத்தடுத்த பேருந்து நிறுத்தங்களின் அருகிலேயே இருக்கின்றன.

சு. உமாமகேஸ்வரி

அது மட்டும் இல்லை. வீட்டில் காட்டு வேலை, கூலி வேலை செய்யும் பெற்றோர்கள், தங்கள் குழந்தைகளைக் கடமைக்கே என்றுதான் பள்ளிகளுக்கு அனுப்பி வைக்கின்றனர்.

'படித்தா பன்னெண்டாவது பாஸ் பண்ணட்டும், இல்லேன்னா காட்டு வேலைக்குப் போகட்டும்' என்று பள்ளி படிப்பை முடித்ததும் வேலைக்கு அனுப்பவும் அல்லது அவர்களுக்கு திருமணம் செய்து வைத்துவிடவும் தயாராகிவிடுகிறார்கள்

இதனால் அங்கு படிக்கும் பெரும்பாலான குழந்தைகள் படிப்பின் அவசியத்தை உணர்ந்திருக்கவில்லை. அவர்கள் அதை உணர்வதற்கான சூழலை அங்குள்ள ஆசிரியர்களும் அமைத்துத்தரவில்லை.

இப்படிப்பட்ட சூழ்நிலையில்தான் லட்சுமி டீச்சர் அந்தப் பள்ளிக்குச் செல்கிறார்.

ரோகிணி அதே பள்ளியில் ஆறாம் வகுப்பு முதல் ஒன்பதாம் வகுப்பு வரை படித்து, இப்போது பத்தாம் வகுப்பில் பயின்று கொண்டிருக்கிறாள். ஆசிரியர் யாராவது அவளைக் கொஞ்சம் அதட்டி கூப்பிட்டாலே நடுங்கிவிடும் பயந்த சுபாவம் கொண்டவள். அவளுக்கென்று பிரத்யேகமாக சில பெண் தோழிகள் உண்டு. அவர்களிடம் மட்டுமே தனது மனதைத் திறப்பாள்.

இப்படி உளவியல் ரீதியாக பாதிக்கப்பட்ட ரோகிணியை அணுகிக் காரணம் தேடிய போது, உடலளவிலும் அவள் பாதித்திருந்ததை அறிய முடிந்தது. ரோகிணி சிறு குழந்தையாக இருக்கும்போது கிணற்றில் தவறி விழுந்து காப்பாற்றப்பட்டு இருக்கிறாள். அந்த அதிர்ச்சி சம்பவத்திலிருந்து அவளால் சாதாரணமாக பேச முடியவில்லை. திக்கித் திக்கிப் பேசுவதும், பய உணர்வோடு எப்போதும் இருப்பதும் தொடர்ந்திருக்கிறது.

சாதாரணமாக சரளமாகப் பேச முடியாத ரோகிணி, அந்த உள்ளுணர்வினாலேயே தாழ்வு மனப்பான்மையை வளர்த்துக்கொண்டு பிறருடன் பேச மறுக்கிறாள். இவற்றை எல்லாம் அவளின் தோழிகளிடமிருந்தும் ரோகிணியிடமிருந்தும் பேசிப் புரிந்துகொண்டார் லட்சுமி டீச்சர்.

பள்ளிகளில் ஆசிரியர்கள் பொதுத் தேர்வு எழுதும் முன்பாகவே, தேர்ச்சி சதவிகிதம் குறித்து. முன்கூட்டியே கலந்துரையாடுவார்கள். அந்தந்த வகுப்பில் எத்தனைக் குழந்தைகள் ஃபெயிலாவார்கள்

என்கிற கணக்கு வைத்திருப்பார்கள்.

'இவ தேற மாட்டா... இவன் தேற மாட்டான்... இத்தனை பேரு 35 மார்க் வாங்க மாட்டாங்க' - இந்த மாதிரியான ஒரு கணக்கீட்டு முறை அவர்களுக்குள் இருக்கும்.

அந்தக் கணக்கீட்டால் பல குழந்தைகளின் மனம் பாதிப்புக்கு உள்ளாகும். ஆனால், எந்தப் பள்ளியும் எந்த ஆசிரியரும் அது குறித்து சிந்திப்பதில்லை. அதனை மாற்றுவதற்கு முயற்சி எடுக்கக்கூடிய கல்வி முறையும் இங்கு கிடையாது. இதுதான் நமது மண்ணின் சாபக்கேடு.

இந்தக் கணக்கீட்டைத்தான் ஆசிரியர்கள் வழியாக ரோகிணி அறிகிறாள். அதை மனத்தில் வைத்துக்கொண்டுதான் லட்சுமி டீச்சரிடம் பேச வேண்டுமென்று மைதிலியிடம் கடிதம் கொடுத்து அனுப்பி இருக்கிறாள். அன்று மதிய வேளை உணவு உண்ட பின்பு, ரோகிணியைத் தேடி வகுப்பறைக்குச் செல்கிறார் லட்சுமி டீச்சர்.

தன்னுடைய சக தோழிகளுடன் எழுத்து வேலை செய்துகொண்டிருந்த ரோகிணியை அழைத்து தனியாகப் பேசுகிறார். அப்படிப் பேசும்போது அவள் கூறியதைக் கேட்டு அதிர்ந்து போகிறார். ஏனென்றால், பத்தாம் வகுப்புக்கு வரக்கூடிய அனைத்துப் பாட ஆசிரியர்களும் ரோகிணியை 'நீ ஃபெயில், இந்த வருடம் பாசாகாத லிஸ்ட்' என முத்திரை குத்தி உள்ளனர்.

லட்சுமி டீச்சரிடம் ரோகிணி தனக்கு கணக்கு பாடத்தின் மீது ஆர்வம் இருப்பதாகவும், தான் நிச்சயம் படிக்க வேண்டும் என்று ஆசைப்படுவதாகவும் சொல்கிறாள். இவற்றையெல்லாம் மனத்தில் வைத்து லட்சுமி டீச்சர் ரோகிணியிடம், 'கவலைப்பட வேண்டாம். படித்து பாஸ் பண்ணிடலாம்' என்று ஆறுதல் கூறி விட்டுச் செல்கிறார்.

அதோடு பத்தாம் வகுப்பு மாணவர்கள் குறித்து அந்த வகுப்பு ஆசிரியர்களிடம் பேசும்போது அவர்கள் மனதில் மாற்றிவிட முடியாத ஆழமான ஓர் அவநம்பிக்கை பதிந்து இருப்பதை அறிந்து கொள்ள முடிந்தது. ஒரு குறிப்பிட்ட மாணவர்களை எடுத்துக்கொண்டு, 'இவர்களெல்லாம் தேற மாட்டார்கள்' என்று அனைத்துப் பாட ஆசிரியர்களும் கூறுகின்றனர்.

கணக்கு பாடத்துக்கு லட்சுமிதான் டீச்சர் என்பதால், அவர் 'இவர்களை பாஸ் பண்ண வைத்துவிடலாம்' என்று கூற, மற்ற

நால்வரும் முடியவே முடியாது என்று சவால் விடுகின்றனர்.

'ஆறாம் வகுப்பிலிருந்து ரோகிணியை நாங்கள் பார்க்கிறோம்... அவளாவது பாஸ் பண்ணுவதாவது' என்று ஒரே புள்ளியில் நிற்கின்றனர். இதற்கு மேல் இவர்களிடம் பேசிப் பயனில்லை என்று எண்ணி கொண்ட லட்சுமி டீச்சர் ரோகிணியை எப்பாடுபட்டாவது படிக்கச் செய்து தேர்ச்சி பெற வைத்துவிடவேண்டும் என்று முடிவெடுக்கிறார். அதற்காக வேண்டி அலைபேசியில் ரோகிணியின் பெற்றோரை தொடர்பு கொண்டு அவளை விடுமுறை தினங்களில் தனது வீட்டிற்கு அழைத்து வர கேட்கிறார்.

அவர்களும் அழைத்து வர சம்மதிக்க, வாராவாரம் சனி ஞாயிறுகளில் காலை பள்ளிக்கு வருவது போல ரோகிணி லட்சுமி டீச்சர் வீட்டிற்கு வந்துவிடுவாள். மாலை வரை அவரது வீட்டில் அமர்ந்து கணக்கு போடுவதும், மற்ற பாடங்களைப் படிப்பதுமாகத் தொடர்ந்து பழக்கப்படுத்தி வந்தாள். இவ்வாறாக நாட்கள் நகர்ந்ததில் தேர்வும் வந்துவிட்டது. ரோகிணியும் அதனை நம்பிக்கையுடனும் நல்ல முறையிலும் எதிர்கொள்கிறாள்.

திடீரென்று ஒருநாள் லட்சுமி டீச்சருக்கு வந்த அழைப்பில், "ரோகிணி பாஸ் பண்ணிட்டாங்க... கணக்குப் பாடத்தில் மட்டும் இல்லங்க டீச்சர், 5 பாடங்களிலும் பாஸ்... ஆல் பாஸ் பண்ணிட்டா. 268 மார்க் எடுத்திருக்கா' என்று தெரிவித்த ரோகிணியின் தாய் தந்தையின் சந்தோஷத்திற்கு அளவே இல்லை.

லட்சுமி டீச்சருக்கும் இது மிகவும் சந்தோஷமாக இருக்கிறது. பள்ளியில் அனைத்து ஆசிரியர்களும் ஆச்சரியத்தின் விளிம்பில், 'என்னது... ரோகிணி பாஸ் பண்ணிட்டாளா?' என்று மூக்கின் மீது விரலை வைக்கின்றனர்.

ரோகிணி லக்ஷ்மி டீச்சருக்கு எழுதிய கடிதத்தின் ஆழத்தை அந்த ரிசல்ட்டின் வழியாக உணர முடிந்தது.

'பத்தாம் வகுப்பு பாஸ் பண்ணினாலும் சரி... ஃபெயில் ஆனாலும் சரி... ஏதோ ஒரு மாப்பிள்ளைக்கு கல்யாணத்தைப் பண்ணி வைக்கணும்' என்றே ரோகிணியின் அம்மா சொல்லிக் கொண்டிருந்தார். அந்த முடிவை மாற்றியது ரோகிணியின் கடிதமும் அவளின் முயற்சிகளும்தான்.

மேலும் ரோகிணிக்கு பேசுவதில் குறைபாடு இருந்ததினால்

அதற்குரிய பள்ளியில் சேர்ந்து தனது மேல்நிலைக் கல்வியையும் முடிக்கிறாள்.

'பார்ரா... பேசவே வராது... இன்னிக்கி படிச்சு பாஸ் பண்ணி பன்னென்டாவது படிச்சுருச்சு இந்த பொண்ணு' என்று அந்த கிராமத்தினர் அனைவரும் அவள் வெற்றியை கண்டு வாய் பிளக்கின்றனர். வியக்கின்றனர். இப்போது ரோகிணி கல்லூரியும் சென்று உயர் கல்வி பெற்றதுடன், ஓர் ஆடை வடிவமைப்பு அலுவலகத்தில் மேலாளராகப் பணியாற்றிக் கொண்டிருக்கிறாள்.

இந்த சம்பவம்தான் அந்தக் கிராமத்தில் உள்ளவர்களுக்கு பெண்களுக்கான கல்வியின் முக்கியத்துவத்தை புரிய வைத்திருக்கிறது என்று சொல்லலாம். இப்பொழுதெல்லாம் பல பெண் குழந்தைகள் பெற்றோர்கள் சம்மதத்துடன் அந்த கிராமத்திலிருந்து கல்லூரிக்குச் சென்று படிக்கின்றனர். பெற்றோர்கள் சம்மதிக்காத நிலையில் தங்களது கல்விக்காக பெண் குழந்தைகள் போராட ஆரம்பித்துள்ளனர்.

ஒரு வகையில் ரோகிணி லட்சிமி டீச்சருக்கு எழுதிய கடிதத்தின் மூலமாக நல்ல மாற்றத்திற்கான விதையை தங்கள் கிரமாத்தில் விதைத்திருக்கிறாள்.

என்ன செய்யலாம்?

பொதுவாக அரசுப் பள்ளிக்கு வரக்கூடிய குழந்தைகள் - குறிப்பாக கிராமத்துச் சூழலில் இருந்து வரக்கூடிய பெண் குழந்தைகளுக்கு கல்வி எட்டாக்கனியாகவே இருக்கிறது. ஒரு வகையில் பள்ளிக்கல்வி எளிமையாக கிடைத்தாலும் அவர்கள் உயர்கல்வி பெறச் செல்வதற்கு வாய்ப்புகள் மிகவும் குறைவாகவே உள்ளன. அதற்கான சூழ்நிலைகளை உருவாக்குவதிலும் அவர்களுக்கான வழிகாட்டுதல்களையும் தன்னம்பிக்கையையும் கொடுப்பதற்கு ஆசிரியர்கள் தயாராக இருக்க வேண்டும்.

'அவள் படிக்க மாட்டாள்' என்று ரோகிணியின் விஷயத்தில் விட்டிருந்தால்... அவள் தேர்ச்சி பெற்றிருக்கவும் மாட்டாள். அதோடு அவளுக்கு திருமணம் செய்து வைத்திருப்பார்கள். அவளுக்கு வாழ்க்கை மீது நம்பிக்கையே இல்லாமல் போயிருக்கும். ஆனால், அவளுடைய சின்ன ஆர்வம், அதற்கு உருவம் கொடுத்த லட்சுமி டீச்சர்... இந்தக் காரணங்களால் இன்று ரோகிணி தனது சொந்தக் காலில் நிற்கிறாள்.

இப்படித்தான் ஏராளமான குழந்தைகள் ஆசிரியர்களுடைய வழிகாட்டுதலுக்கும் உளவியல் நீதியான அணுகு முறைக்கும் ஏங்கி நிற்கிறார்கள் அவர்களை இனம் காணவேண்டும். இன்னும் நமது கல்வி முறையில் இருக்கக்கூடிய மதிப்பெண்கள் சார்ந்த இந்தக் கண்ணோட்டத்தை ஆசிரியர்களும் சமூகமும் மாற்றிக்கொள்ள வேண்டும். அப்போதுதான் ரோகிணி போன்ற மாணவிகள் காப்பாற்றப்படுவார்கள். முதல் தலைமுறைக் குழந்தைகள் உயர்கல்வி வரை செல்ல முடியும். இல்லையெனில், இவர்களைப் போன்ற குழந்தைகளுக்கு உயர் கல்வி என்பதும் நல்ல வாழ்க்கை என்பதும் பெரும் கனவாகவே மாறிவிடும்.

மாணவர்கள் வன்முறை யார் பொறுப்பு?

கடந்த சில நாட்களாகப் பள்ளிக் குழந்தைகள், அதுவும் குறிப்பாக அரசுப் பள்ளிக் குழந்தைகள் வன்முறையில் ஈடுபடுவதாகச் செய்திகள் பரவுகின்றன.

பேருந்து ஒன்றில் பெண் குழந்தைகள் பீர் குடிப்பது போலவும், மதுரை பேருந்து நிலையத்தில் மாணவிகள் முடியைப் பிடித்து அடித்துக்கொள்வது போலவும் சமூக ஊடகங்களில் காணொலிகள் பகிரப்படுகிறது.

விவாதம் செய்யும் ஊடகங்கள், பெண் குழந்தைகளுக்கு ஒழுக்கமில்லை என்று பொதுமைப்படுத்துகின்றன. குறிப்பாக அரசுப் பள்ளிக் குழந்தைகள் எனக் குற்றம் சாட்டுகின்றன.

உண்மையில் இவற்றின் பின் மறைந்திக்கும் செய்திகள் என்ன?

கல்வி ஆண்டு முடியும் தருவாயில் புதிய மாணவர் சேர்க்கை வரக்கூடிய இந்தச் சூழலில் இது போன்ற செய்திகள் தீயாகப் பரவுவதன் நோக்கம் என்னவாக இருக்கும்?

லட்சுமி டீச்சர் தனது அனுபவத்திலிருந்து பேசுகிறார்.

மாணவர்களின் இப்படியான எல்லை மீறும் குறும்புத் தனங்களை நாம் ரசிக்க முடியாது. சரி என்றும் கூற முடியாது. ஆனால், கண்டித்திருக்க வாய்ப்புகள் இருக்கின்றன. காலம் காலமாகக் குழந்தைகளில் குறும்புகள் செய்யும் பிரிவினர் இருக்கத்தான் செய்கின்றனர். இன்று அந்த பிரச்சனை அதீத வளர்ச்சி பெற்று பெரிதாக தெரிகிறது. கரோனா காலத் தாக்கமும்

சு. உமாமகேஸ்வரி

இணையவழிக் கல்வியும் ஒரு காரணமாகக் கொள்ளலாமே தவிர, அது மட்டுமே காரணம் இல்லை.

40 ஆயிரம் அரசுப் பள்ளிகள் உள்ள நமது மாநிலத்தில் மிகச் சிறிய எண்ணிக்கையில் பத்துக்கும் குறைவாக வந்துள்ள இந்த வீடியோக்களை வைத்துக்கொண்டு மொத்தமாக அரசுப் பள்ளிகளே சரியல்ல என்ற கருத்தைப் பரவலாக்குவதும், 2 வீடியோக்களில் பெண் குழந்தைகளின் செயல்களை வைத்து பெண் பிள்ளைகளின் ஒழுக்கத்தை விமர்சிப்பதும் எந்த விதத்தில் சரி?

முதல் தலைமுறைக் குழந்தைகளாக, பள்ளிக்களுக்கு வரும் இவர்கள் தங்கள் பள்ளிக் கல்வியைச் சரியாக முடித்து உயர் கல்விக்கு அவர்களைத் தயார் செய்வது உட்பட அனைத்தும் ஆசிரியர்களின் கடமையாகிறது. ஆனால், இவர்களுக்கு நாம் அந்தப் புரிதலைத் தந்துள்ளோமா என்பதைச் சமூகமும் ஆசிரியர்களும் சுய பரிசோதனை செய்து பார்த்துக்கொள்ள வேண்டும்.

மேல்நிலைக் கல்வி பயிலும் குழந்தைகளையே குற்றவாளியாகச் சித்தரிக்கின்றன காணொலிகள் . எனில் கடந்த பத்து ஆண்டுகளாக, பள்ளிகளில் அவர்களுக்கு நாம் கற்றுத் தந்தது என்ன என்ற கேள்வியை ஆசிரியர்கள் கேட்டுக்கொள்ளலாம்.

தனியார் பள்ளிகளைப் போன்றே ரிசல்ட் , மதிப்பெண்களை நோக்கி அரசுப் பள்ளிகள் எப்போது சூடு போட்டுக்கொள்ள ஆரம்பித்தனவோ அப்போதே மாணவ / மாணவிகளுடனான நல்லுறவையும் அணுக்கமான வழிகாட்டுதலையும் அறுத்துக் கொண்டு படி படி என்ற ஒற்றைப் பார்வைக்குள் ஆசிரியர்கள் தங்களைச் சுருக்கிக்கொண்டனர். இவர்களில் விதிவிலக்குகளும் இருக்கின்றனர்.

விளைவு மாதவிடாய் குறித்த தனது சந்தேகங்களுக்கும் வளரிளம் பருவ பிரச்சனைகளான உடல் மன எழுச்சி சமநிலையின்மையின் விளைவுகளுக்கும் சரியான முறையில் வழிகாட்ட பள்ளிகளிலும் ஆளில்லாமல் வீடுகளிலும் ஆளில்லாமல் துவண்டு ஏதோ ஒரு புள்ளியில் மாணவிகள் வழிதவறிச் சென்றுவிடுகிறார்கள். இது தான் காரணமா என்றால், இது மட்டுமே காரணம் இல்லை எனலாம்.

மது குடிப்பது ஒழுக்கங்கெட்ட செயல் என்றால் பெண் குழந்தைகள் மட்டும் அல்ல, ஆண் குழந்தைகள் குடிப்பதும் தவறே.

இன்று எல்லாச் சிற்றூர்களிலும் மூலைக்கு மூலை டாஸ்மாக் கடைகள் மலிந்து கிடக்கின்ற நிலையில் மது கிடைப்பது அவர்களுக்கு சுலபமாக இருக்கிறது.

அவ்வாறு கிடைக்கும் வழிகளை நாம் முதலில் அடைக்க வேண்டும். இல்லையா இவற்றை வாங்கும் பள்ளி குழந்தைகளைத் தடுக்கவாவது வழி வகை செய்ய வேண்டும். இது எதையும் செய்யாமல் குழந்தைகளை மட்டுமே குற்றம் சுமத்துவது எவ்வகையில் சரியாக இருக்கும்.

இவை மட்டுமல்ல... போதைப் பொருளுக்கு ஆளாகும் பள்ளி குழந்தைகளும் உண்டு. எங்கேயிருந்து அவற்றைப் பெறுகின்றனர் என்ற கேள்விக்கான விடைகளையும் நாம் தேடிக் கண்டறிந்து அதனை ஒழிக்க வேண்டும்.

பெரும்பாலான குழந்தைகள் ஒரு கதாநாயக பிம்பத்திற்காகவே இது போன்ற செயல்களில் ஈடுபடுகின்றனர். அவர்களின் எண்ண ஓட்டங்களைப் புரிந்துகொண்டு அந்தச் சிக்கலைத் தீர்க்கும் வழிகளை நோக்கி நகராமல், இருக்கும் எல்லா வாட்ஸ் அப் குழுக்களிலும் பகிர்ந்து குய்யோ முயோ எனக் கதறும் ஆசிரியர்கள், இழிவுபடுத்தும் பொதுமக்கள் என இவர்கள் தாம் குற்றவாளிகள். பொதுவாக அரசுப் பள்ளிகளை இளக்காரமாகப் பார்க்கும் மேட்டுக்குடி மக்களுக்கு இவை வெல்லப்பாகு போல.

அரசுப் பள்ளிகளைப் பொறுத்தவரை விளிம்பு நிலையில் வாழ்க்கையை நடத்தும் பொதுமக்களின் குழந்தைகள் தாம் பெரும்பான்மை சதவீதம்.

குழந்தைகளைப் பள்ளிக்குள் கொண்டுவந்து சேர்த்து விட்டால் எதற்காகவும் மீண்டும் பள்ளி வாயிலை அவர்கள் மிதிப்பதில்லை. காரணம் கேட்டால் பள்ளிக்கு வருவதென்றால் ஒரு நாள் வேலையையே விட வேண்டி இருக்கும். வருமானம் போகும், வாழ்க்கைப் பிரச்சனை என்று புலம்புவர். இவற்றைத் தாண்டி வருபவர்களும் உண்டு .

இப்படியான சூழ்நிலையில் அரசு பள்ளி குழந்தைகளின் பெரும்பான்மையான பொறுப்பு ஆசிரியர்களை சார்ந்துதான். ஆரம்பத்திலிருந்து ஒரு குழந்தையின் மீது கவனம் செலுத்தி ஒன்-டு -ஒன் டீச்சிங் முறையின் மூலம் பிரச்சனைக்குரிய மாணவிகள் / மாணவர்களை அடையாளம் காண்பது எளிது.

ஆசிரியர்களால் அடையாளம் கண்டுகொள்ளப்படும் குழந்தைகள் எத்தகைய பிரச்சனைக்குரியவர்களாக இருந்தாலும் அவர்களைச் சரிப்படுத்திவிட இயலும். பெற்றோர்களை அழைத்துப் பேசுவதும் சம்பந்தப்பட்ட மாணவர்களிடம் அன்றாடம் பாடம் நடத்தும் நேரத்தில் உரையாடுவதும், வகுப்பிற்குச் செல்லாத நேரத்தில்கூட மாணவரைத் தனியாக வரவழைத்து மனம் விட்டுப் பேசுவதும் போன்ற முயற்சிகள் எடுத்தால் மாற்றத்தை விரும்பாத மாணவர்களும் இருப்பார்களா என்பதே நமது வினா.

ஏனெனில் கவன ஈர்ப்புக்காகவே மாணவர்கள் இத்தகைய செயல்களில் ஈடுபடுகின்றனர். அந்தக் கவன ஈர்ப்புக்கான செயல்பாடுகளை மடைமாற்றி நல்ல பாதைகளைக் காட்டுவது ஆசிரியர்களின் பொறுப்பு. அதற்கான வழிகளை எப்படி வேண்டுமானாலும் ஆசிரியர்கள் திட்டமிடலாம். புத்தகங்களை வாசிக்க வைப்பது, மாணவர்களுக்கான திரைப்படங்களைப் பார்க்க வைப்பது, பள்ளிகளுக்கு ஆளுமைகளை வரவழைத்துப் பேச வைப்பது என்று ஆசிரியர்கள் திட்டமிட வேண்டும். அதோடு சிறு வகுப்பு முதலே பாட்டு, நடனம், விளையாட்டு, ஓவியம் எனத் திறமைகளை வெளிக்கொணரும் முயற்சிகளை செய்ய வேண்டும். 'பேருக்கு எல்லாம் பண்றோம்' என்று இல்லாமல் முழுமுயற்சியுடன் செய்ய வேண்டும்.

பள்ளிகள் தங்களை மாற்றங்களுக்கு உட்படுத்த வேண்டும். அங்குள்ள ஆசிரியர்கள், தலைமை உட்பட ஒன்றிணைந்து சிந்திக்க வேண்டிய விஷயங்கள் இவை. இது காலத்தின் கட்டாயமும்கூட.

ஆசிரியர்களே 50% மனநல ஆலோசகர்கள் தாம். வகுப்பறைகளை உரையாடல்களால் கட்டமைக்கும் போது பெரும்பாலான பிரச்னைகளுக்குத் தீர்வுகள் கிடைத்து விடுகின்றன. அங்கும் கையாள முடியாத பிரச்னைக்குரிய மாணவர்களுக்காகவே உளவியல் ஆலோசகர் நியமனம் பள்ளிகளுக்குத் தேவைப்படுகின்றனர்.

பள்ளிகளுடன் பெற்றோர்களை அணுக்கமாக வைத்து மனம் திறந்து அவர்களது குழந்தைகள் குற்றவாளியாக சித்தரிக்காமல், அவர்கள் பிரச்சனைகளைப் பகிர்ந்து தீர்வு காண ஆசிரியர்கள் முன்வரவேண்டும். சவாலான பணி தான். ஆகவே தான் ஆசிரியர் பணி அறப்பணி, அதற்கு உன்னை நீ அர்ப்பணி என்ற வாக்கியத்திற்கு பலம் அதிகம்.

பெற்றோருக்குப் பொறுப்பில்லையா?

செங்கல்பட்டு மாவட்டத்தில் அமைந்திருக்கும் மிகப் பெரிய தனியார் பள்ளி அது. அங்கு 7ஆம் வகுப்பு படிக்கும் குழந்தை யாழினி. கொரோனா காலகட்டத்திற்குப் பிறகு படிப்பதில் அவளுக்கு ஆர்வம் குறைந்துவிட்டது. சொல் பேச்சையும் கேட்பதில்லை. இதனால் யாழினியின் அம்மாவிற்கு மகளின் எதிர்காலத்தை குறித்து அச்சம் ஏற்பட்டது.

தன்னுடைய வேதனையையும் பயத்தையும் அவர் லட்சுமி டீச்சரிடம் அலைபேசி வழியாக பகிர்ந்து கொண்டு ஆதங்கப்பட்டார். அவர் மட்டுமல்ல, ரோஷன், ஹரிதா, காவ்யா, சரண்யா, கனிஷ்கர், அனுஷ்கா என பட்டியல் நீள்கிறது.

லட்சுமி டீச்சர் ஜூம் செயலி வழியாக குழந்தைகளையும் பெற்றோரையும் சந்திப்பதாக முடிவு செய்து இரு தினங்களில் நிகழ்ச்சி ஏற்பாடு செய்யப்பட்டு, குறிப்பிட்ட அந்தப் பள்ளியின் சில குழந்தைகளையும் பெற்றோரையும் சந்தித்து உரையாடினார்.

அப்போது தான் புரிந்தது, அதிகமாக உரையாட வேண்டியது குழந்தைகளைக் காட்டிலும் அவர்களின் பெற்றோர்களிடம் தான் என்று.

'எப்போது பார்த்தாலும் வீடியோ கேம் விளையாடுகின்றனர், டிவி பார்க்கின்றனர், படிப்பின் அவசியத்தைப் புரிந்துகொள்ள மாட்டேங்கிறாங்க, எவ்வளவு கஷ்டப்பட்டு அதிகமான ஃபீஸ்

சு. உமாமகேஸ்வரி

கட்டேறோம் தெரியுங்களா? பின்னாடி எப்படி நல்ல வேலை கிடைக்கும்? எப்படி செட்டில் ஆவாங்க' என்பது வரை பெற்றோருக்குள் பல விதமான கவலைக் குப்பைகள் நிறைந்து இருந்தன என்பதைப் புரிந்துகொள்ள முடிந்தது. குழந்தைகளைக் குழந்தைகளாக வாழவிட அவர்கள் தயாராக இல்லை என்பது மட்டும் நன்றாகப் புரிந்தது.

அவர்களை வெளியே அனுப்பிவிட்டு தனியாகக் குழந்தைகளிடம் பேசும் போது மிகவும் கவலையாக இருந்தது லட்சுமி டீச்சருக்கு. கொரோனா ஊரடங்கின் போது எப்போதும் ஆன்லைன் க்ளாஸ் எனப் பள்ளி ஒரு நாளில் 8 மணி நேரத்திற்குக் குறைவில்லாமல் இவர்களை லேப் டாப் முன்பு அமர வைத்துள்ளது. அதிகளவில் மொபைல் போனில் கேம்கள் விளையாடியே தங்கள் மீதி நேரத்தைக் கழித்துள்ளனர். பள்ளி திறந்த பிறகும் பாடங்களைப் பற்றியும் படித்தல், மனப்பாடம் செய்தல், தேர்வு எழுதுதல் எனத் தொடர்ந்து அழுத்தம் கொடுத்துள்ளனர் .

'பள்ளியில் என்ன விளையாட்டு விளையாடுவீர்கள், லைப்ரரி இருக்கா? மாரல் எஜுகேஷன் பீரியட் இருக்கா?' எனக் கேட்டதற்கு,

'விளையாடவிட மாட்டேன்றாங்க, மாரல் பீரியட் எல்லாம் சப்ஜெக்ட்ஸ் டீச்சர்ஸ் எடுக்கறாங்க... ஸ்கூல்ல பிரெண்ட்ஸ்கிட்டயும் பேச முடியல. வீட்ல அம்மா, அப்பாவும் எங்க பிரச்சனைகளைக் கேட்க மாட்டேங்கிறாங்க... ஸ்ட்ரெஸ்ஸா இருக்கு' என்பன போன்ற பதில்களே வந்தன.

'கதைகள் கேட்கப் பிடிக்குமா? என்ன புத்தகம் படிச்சீங்க?' என்ற கேள்விக்கு பெரும்பாலான குழந்தைகளிடம் இருந்து வெற்றுப் பார்வைகளே பதிலாகக் கிடைத்தன. அவர்களில் சிலருக்கு கதைகள் தெரிந்திருந்தன. ஆனால் அவையும் தொலைக்காட்சி கார்ட்டூன் கதைகள்தான்.

இந்த உரையாடல் மூலமாக குழந்தைகளிடம் மனம் திறந்து பேச யாருமில்லை என்பதை அறிந்து கொண்ட லட்சுமி டீச்சர் பெற்றோர்களிடம், அவர்கள் பிரச்சனைக்கான தீர்வை வழங்கினார்.

'குழந்தைகளுக்குக் கதைப் புத்தகங்களை அறிமுகப்படுத்தியும் அவர்களுக்குப் பிடித்த விஷயங்களைக் குறித்து அவர்களிடம் அன்றாடம் உரையாடவும் நேரம் ஒதுக்குங்கள்... அதோடு

குழந்தைகளை எப்போதும் படி படி என்று அழுத்தாதீர்கள், உங்களுடைய கனவுகளை அவர்கள் மீது திணிக்காதீர்கள், அவர்களுக்கு என்று ஒரு விருப்பம் இருக்கும், அதை அவர்கள் கண்டறிந்து கொள்ளும் சூழலை ஏற்படுத்திக் கொடுங்கள், நிச்சயமாக அவர்கள் புரிந்துகொண்டு நடப்பார்கள்' என்று அந்த நாளின் சந்திப்பை முடித்தார்.

மேலும் இந்தப் பள்ளியின் ஆசிரியருடனும் உரையாடிய போது, 'மேனேஜ்மென்ட்டை எதிர்த்து எங்களால் எதுவும் செய்ய முடியாது மேடம், நானே பேரன்ட்ஸ் கிட்ட சொல்லி அரசுப் பள்ளியில் சேர்த்து விடுங்கன்னு சொன்னேன் மேடம், அவங்க பயப்படறாங்க கவர்ன்மென்ட் ஸ்கூலுக்குப் போக' என்று வருந்தினர்.

பயப்படும் அளவிற்கு அரசு பள்ளிகள் மோசம் இல்லை என்பதை யார் அவர்களுக்கு எடுத்துக்கூறுவது?

சில நாட்கள் கழித்து குழந்தைகள் குறித்து விசாரித்தபோது, கொஞ்சம் ஒத்துழைப்பு தருவதாகவும் ஆர்வமுடன் படிக்கும் வேலைகளில் ஈடுபடுவதுமாகவும் கூறி, பெற்றோர்கள் மகிழ்ச்சி அடைந்தனர்.

குறிப்பாக யாழினி தொடர்ச்சியாக லட்சுமி டீச்சரிடம் பேசியதில், மொபைல் கேம் விளையாடுவதைப் பெரும்பாலும் தவிர்த்துவிட்டிருந்தாள். கதை புத்தகங்கள் படிக்கவும் ஆரம்பித்திருக்கிறாள்.

அதே செங்கல்பட்டு மாவட்டத்தில் உள்ள அரசு மகளிர் பள்ளியொல் பத்தாம் வகுப்புக்காக மாணவர்களைத் தயார்படுத்த ஆசிரியர்கள் படாத பாடுபட்டு கொண்டிருந்தனர். கொரோனா பெருந்தொற்று, பள்ளிகள் மூடப்பட்டு நீண்ட இடைவெளிக்குப் பிறகு பள்ளி திறந்தாலும் கல்வித் துறையின் வழிகாட்டலுக்கு ஏற்பத் தங்கள் கற்பித்தலுக்கான பாடப் பொருள், கற்பித்தல் முறைகளை மாற்றி மாற்றி முயற்சி செய்துகொண்டிருந்தனர். இந்தப் போக்கு தமிழகம் முழுவதுமே இருந்தது. திடீரென திருப்புதல் தேர்வு வைத்தனர். விடைத்தாள்கள் வேறு பள்ளி ஆசிரியர்கள் திருத்தி மதிப்பெண்கள் வந்தன. நாம் மேற் சொன்ன அரசுப் பள்ளியில், பத்தாம் வகுப்புகளில் ஒரு பிரிவில் கணக்குப் பாடத்தில் 15 குழந்தைகள் அரசு சொல்லும் தேர்ச்சி வரையறைக்குள் வரவில்லை. அதாவது 35 மதிப்பெண்கள்

பெறவில்லை. இந்த வருடம் கட்டாயம் பொதுத் தேர்வு நடக்கும் என்று அரசு அறிவிப்பு தந்தது ஒரு புறம்.

பொதுத் தேர்வுக்குத் தயார்படுத்த சில வழிகாட்டுதல்களை குறித்துப் பேசுவதற்கு பின்தங்கிய மாணவர்களின் பெற்றோர்களை ஆசிரியர்கள் பள்ளிக்கு அழைத்திருந்திருந்தனர். அவர்களுள் ஓரிருவரைத் தவிர வேறு எவருடைய பெற்றோரும் பள்ளியை வந்து எட்டிப் பார்க்க கூட இல்லை.

இறுதித் தேர்வு நாள் வரும் வரைகூட அவர்களுடைய பெற்றோர் பள்ளிக்கு வந்து ஆசிரியர்களைச் சந்திக்கவே இல்லை. இதை நாம் எளிதாக எடுத்துக்கொள்ள முடியாது. ஏனெனில் இரண்டு ஆண்டுகள் கழித்து பள்ளிக்கு வரும் குழந்தைகள் குறுகிய காலத்தில் தங்கள் தேர்வுகளை எதிர்கொள்ள வேண்டிய கட்டாயத்தில் இருக்கின்றனர்.

இப்படியான சூழலில் சிக்கித் தவித்துக் கொண்டிருக்கும் அவர்கள் உளவியல் உள்ளபடியே ஆய்வுக்கு உட்பட்டவை. பள்ளிகள் தரப்பிலிருந்து அவர்களை எப்படியாவது தேர்ச்சி பெற வைத்துவிட ஆசிரியர்கள் போராடிக் கொண்டிருக்க , பெற்றோர்களுக்கு அத்தகைய அக்கறையும் பொறுப்பும் இருப்பதாகத் தெரியவில்லை.

அவர்களைப் பொறுத்தவரை அரசுப் பள்ளிகள், கல்விக் கட்டணம் கேட்காத ஒரு பாதுகாப்பான இடம், அவ்வளவே. மற்றபடி தங்கள் குழந்தைகள் என்ன படிக்கிறார்கள் என்றோ அல்லது, படிக்கிறார்களா இல்லையா என்றோ எந்தவித அக்கறையும் அவர்களுக்கு இல்லை. விளைவு மாணவர்களின் நடத்தைகள் மோசமாகி விரும்பத் தகாத முறையில் வளர்ந்து தீர்க்கக் கடினமான பிரச்சனையாக உருவாகி நிற்கின்றன.

ஆகவே குழந்தைகளின் பெற்றோர்கள் மேற்குறிப்பிட்ட தனியார் பள்ளி மாணவியான யாழினியின் பெற்றோர் போல அதிக கண்டிப்பு, கவலை, குழப்பங்களுடனும் இருக்கக் கூடாது, கண்டுகொள்ளாமல் நகரும் அரசுப் பள்ளிக் குழந்தையின் பெற்றோர்கள் போலவும் இருக்கக் கூடாது.

தொடர்ந்து மாதம் ஒரு முறையாவது பள்ளிக்கு வந்து குழந்தைகளின் ஆசிரியர்களுடன் உரையாடி, தங்கள் குழந்தைகளின் நல்லது கெட்டது அறிந்து கண்டிக்கவோ பாராட்டவோ

செய்வதை வழக்கமாக்கிக்கொண்டால், மாணவர்களைச் சமூகம் வன்முறையாளர்களாகச் சித்தரிப்பதைத் தடுக்க முடியும். ஆகவே பள்ளி நிர்வாகம் முதற்கொண்டு மாணவர்கள் ஆசிரியர்கள் பெற்றோர்கள் மூவரின் உறவு முறை வலுப்படும் பள்ளிகளில் மாணவர் வன்முறைகள் நிகழ்வதில்லை.

இவர்களுக்கு மட்டுமா பொறுப்பு? துறைக்கும் அரசுக்கும்கூடப் பொறுப்புண்டு. அது குறித்து அடுத்தடுத்த கட்டுரைகளில்...

சு. உமாமகேஸ்வரி

படிக்கும்போதே திருமணம் செய்தால்...

அந்த மாணவியின் பெயர் பைரவி, லட்சுமி டீச்சரின் வசிப்பிடத்திற்கு அருகே உள்ள அரசு பள்ளியில் 9ஆம் வகுப்பு பயில்கிறாள். அவள் தங்கையும் அதே பள்ளியில் 6ஆம் வகுப்பு பயில்கிறாள். இருவரும் லட்சுமி டீச்சர் வீட்டிற்கு மாலை வகுப்புகளுக்காக வந்து கொண்டிருந்தனர்.

இரண்டு வாரங்கள் தொடர்ந்து வந்தபோதுதான் லட்சுமி டீச்சருக்கு அந்த குழந்தைகளின் வாழ்க்கையில் ஏராளமான சிக்கல்கள் இருப்பதை அறிய முடிந்தது.

அவர்களின் தாய், தகப்பன் இருவருமே வேலைக்குச் செல்பவர்கள். வீட்டில் பெரியவர்கள் யாரும் இல்லாத இந்தச் சூழ்நிலையில் பைரவியிடம் மாறுபாடான உடலியல் மாற்றங்களும் உளவியல் மாற்றங்களும் நிகழத் துவங்கியிருந்தன.

வீட்டின் அருகே இருக்கும் கட்டிடத்துக்கு பெயிண்ட் அடிக்க வந்த ஒரு நபரின் மீது அவளுக்கு காதல் மலர்ந்திருக்கிறது. இந்த விஷயங்களை அறிந்துகொண்ட பெற்றோர் அவளைக் கண்டிக்கும் விதமாக அடித்துள்ளனர். இந்த விஷயம் அறிந்து அவள் படித்து கொண்டிருந்த பள்ளியின் ஆசிரியர்களும் கண்டித்துள்ளர்.

ஆனால், அறியாத பருவம் இல்லையா? பைரவி முரண்டுபிடித்தாள். பள்ளியை விட்டுப் போகச் சொல்லி அழுத்தம் கொடுத்துள்ளனர். உன்னால் மற்ற குழந்தைகளும் கெட்டு விடுவார்கள் எனக் குற்றம்சாட்டினர். வீட்டிலும் அடி, பள்ளியிலும் கெட்டப் பெயர்

என மனஅழுத்தத்திற்குள்ளான பைரவி அந்த நபரை திருமணம் செய்துகொண்டு சென்றுவிட்டாள்.

ஒரு சில நாட்களிலேயே அந்த பெயிண்ட் அடிக்கும் வாலிபன் பைரவியை விட்டுவிட்டுக் காணாமல் போய்விட்டான். இதனை அறிந்த பைரவியின் பெற்றோர் அதிர்ந்தனர். வீட்டிற்கு திரும்பிய மகளை சரமாரியாக அடித்தனர்.

இந்தச் சம்பவத்தால் பைரவியின் வாழ்க்கை கேள்விக்குறியானது. மீண்டும் பள்ளிக்குப் போக முடியாமல் அவமானப்பட்டுப் பாதியில் நின்றுவிட்டாள் அக்காவின் இந்தச் செயலால் தங்கை ஆனந்தியும் பள்ளிக்குப் போக மறுத்துவிட்டாள். இப்படித்தான் அரசுப் பள்ளிகளில் குழந்தைகளின் இடைநிற்றல்கள் நடக்கின்றன என்பதை நாம் கவனிக்க வேண்டும்.

பள்ளிக்கு அருகில் குடியிருந்த லட்சுமி டீச்சரிடம் உண்மையைக் கூறாமல் பாடம் சொல்லித்தர பைரவியின் பெற்றோர் கேட்டிருந்தனர். ஆனால், மாணவிகளுடனான அன்றாட உரையாடல் வழியாக அவர்களது பிரச்சனைகளை தெரிந்துகொண்டுவிட்டார்.

அதன் பிறகு லட்சுமி டீச்சர் பைரவியிடம் நிறைய பேசி மனத்தளவில் அவளுக்குள் மாற்றங்களை கொண்டு வர முயன்றார். படிப்பின் மீது ஆர்வமூட்டினார்.

ஏறக்குறைய ஓராண்டு காலம் தொடர் முயற்சிக்குப் பிறகு லட்சுமி டீச்சருக்குப் பலன் கிடைத்தது. பத்தாம் வகுப்புத் தேர்வில் *357 மதிப்பெண்கள் பெற்று தேர்ச்சி அடைந்த பைரவி, மேல்நிலைப் பள்ளியில் அறிவியல் பிரிவைத் தேர்தெடுத்தாள்.

அதிலும் தன் கவனத்தைச் செலுத்தி தேர்ச்சி பெற்று, ஒரு வழியாகப் பட்டப்படிப்பில் சேர்ந்து, தன் வாழ்க்கையை ஒருவாறு பைரவி மீண்டும் சீரமைத்துக் கொண்டாள்.

லட்சுமி டீச்சரின் உதவியால் தன்து உலகத்தை விரிவாக்கிக்கொண்ட பைரவி, தற்போது சிறப்பாகப் பயணித்துக் கொண்டிருக்கிறாள்.

ஒவ்வொரு பள்ளியிலும் ஒவ்வொரு வகுப்பறையிலும் இது போன்ற எண்ணற்ற பைரவிகள் இருக்கத்தான் செய்கிறார்கள்.

ஒருகட்டத்தில் அந்தப் பெண்குழந்தைகள் வழிதவறி போவதும்

மனம் உடைவதும் பிரச்சனைகளை எப்படி அணுகுவது என்று அறியாமலும பள்ளியிலும் வீட்டிலும் அழுத்தங்கள் ஏற்படுவதனால் குறிப்பிட்ட காலத்திற்குப் பிறகு தங்கள் உயிரை மாய்த்துக்கொள்ளக் கூடிய அளவிற்குப் போகிறார்கள் என்பதெல்லாம் உண்மையான தகவல்கள்.

எல்லாவற்றிலிருந்தும் தப்பிக்க வைத்து, காப்பாற்றி, அவர்களை மிகக் கவனமாக வாழ்க்கையை நடத்த வைக்க வேண்டி இருக்கிறது. பெற்றோருக்கும் பொறுப்பும் கடமையும் உண்டு என்றாலும் அவர்களைக் காட்டிலும் ஆசிரியர்களின் வழிகாட்டுதலும் தன்னம்பிக்கைக் கொடுக்கக்கூடிய உரையாடலும் அணுகுமுறையும் பைரவி போன்ற பெண் குழந்தைகளுக்கு தேவையாக இருக்கிறது.

பள்ளிக் கல்வி என்பது பாடப்புத்தகங்களில் உள்ளதை மட்டும் கற்று தருவதில் இல்லை. பைரவி போன்ற பெண்களுக்கான உடல், உள்ளம் சார்ந்த ஆலோசனைகள், வழிகாட்டுதல்கள், நம்பிக்கைகளையும் தருவதும்தான். ஆனால் இது புரியாமல் பள்ளிகள் பாடநூல், படித்தல், தேர்வு எழுதுதல், மதிப்பெண் பெறுதல் என்ற குறுகிய வட்டத்திற்குள்ளேயே சுழல்கின்றன.

ஒரு நாளின் எட்டு மணி நேரம் பெண் குழந்தைகளாகட்டும் ஆண் குழந்தைகளாகட்டும் பள்ளியில்தான் இருக்கின்றனர். அவர்களின் எல்லாவிதமான உடல்சார், மனம் சார் மாற்றங்களுக்கும் உணர்வுகளுக்கும் ஆசிரியர்களின் வழிகாட்டுதல் மிகவும் அவசியம்.

மேலும் பள்ளியில் மனநல ஆலோசகர் நியமிப்பது, அவர்கள் பிரச்சனைகளைக் காது கொடுத்துக் கேட்கும் உரையாடல் வகுப்புகளை திட்டமிடுவது போன்ற முயற்சிகளை மேற்கொள்வதன் மூலமாக பைரவி போன்று பாதிக்கப்படும் குழந்தைகளை வழிதவறி செல்வதற்கு முன்பாகவே தடுத்துவிடலாம்.

உன்னால் முடியும் கண்ணம்மா!

லட்சுமி டீச்சரின் வாழ்க்கையில் மறக்க முடியாத ஒரு குழந்தை ஜானவி.

அது ஒரு பின்தங்கிய கிராமத்துப் பள்ளி. அந்தப் பள்ளியில் முதல் மதிப்பெண் என்பதே 400க்கும் குறைவாகவே எப்போதும் இருக்கும். பொதுவாகப் போட்டி போட்டுக்கொண்டு படிக்கும் மாணவர்களைவிட, மனிதம் நிறைந்த குழந்தைகளாகவே அந்தப் பள்ளிகளில் பெரும்பாலும் இருந்தது ஒருபுறம் லட்சுமி டீச்சருக்கு சந்தோஷத்தைத் தந்தாலும் இன்னொரு புறம், அவர்களைப் பத்தாம் வகுப்பில் நல்ல மதிப்பெண் பெற வைக்க வேண்டிய பொறுப்பும் இருந்தது. ஏனெனில் மதிப்பெண் சார்ந்த கல்வி முறை தானே நமக்குத் தரப்பட்டுள்ள ஒரே வாய்ப்பு.

ஜானவி அப்போது அதே பள்ளியில் பத்தாம் வகுப்பு படித்துவந்தாள். அவள் ரொம்பவும் சூட்டிகையான பெண்.

ஜானவிக்குக் கணக்கு, தமிழ் ஆகிய இரண்டின் மீதும் அதீத ஆர்வம். தனது எதிர்கால இலட்சியம் மாவட்ட ஆட்சித் தலைவராக வர வேண்டும் என்று ஒரு நாள் வகுப்பறை உரையாடலின் போது ஜானவி கூறியது லட்சுமி டீச்சருக்கு இன்றும் நன்றாக நினைவில் இருக்கிறது.

ஜானவிக்கு ஆங்கிலப் பாடம் மட்டும் மிகவும் கடினமாக

சு. உமாமகேஸ்வரி

இருப்பதாகக் கூறுவாள். அவளுக்கு மட்டுமன்று, பெரும்பாலான அரசு பள்ளிகளில், குறிப்பாக கிராமப்புறப் பகுதிகளில் படிக்கும் குழந்தைகளுக்கு ஆங்கிலப் பாடம் எட்டிக் காயாகத் தான் இருந்தது. இது தமிழ்நாட்டில் காலம் காலமாக உள்ள பிரச்சனை இது. ஆங்கில மொழிப் பாட ஆசிரியர்கள் இல்லாததும், இருந்தாலும் ஆங்கிலத்தை ஒரு மொழியாக சரியாகக் கற்றுக் கொடுக்கப்படாததும் இதற்கு முக்கிய காரணம்.

அந்த ஆண்டு இறுதித் தேர்வில் 436 மதிப்பெண் பெற்று முதலாவதாக வந்திருந்த ஜானவி மேல்நிலை வகுப்பில் கணக்குப் பாடத்தை எடுத்துப் படிக்க ஆரம்பித்திருந்தாள்.

இந்த நிலையில் லட்சுமி டீச்சருக்கு வேறு ஊருக்கு பணி மாறுதல் கிடைத்தது. அப்பள்ளியை விட்டு சென்றுவிட்ட போதும் அவ்வப்போது அந்தப் பள்ளியின் விளையாட்டு ஆசிரியர் வேலு மூலமாக மாணவர்கள் குறித்த செய்தியை கேட்டறிந்துகொள்வார்.

பத்தாண்டுகள் கழித்து எதேச்சையாக ஜானவியை லட்சுமி டீச்சர் சந்திக்க நேர்ந்தது. பரஸ்பர நல விசாரிப்புகளுக்குப் பிறகு, ஜானவியின் படிப்பு, பணி, திருமணம் என விசாரிக்கப் போக, அவள் முகம் மாறியது.

பன்னிரண்டாம் வகுப்பு முடித்தவுடன் தன் விருப்பமான இளநிலை தமிழ்ப் பட்டப் படிப்பைப் படிக்க அவள் அப்பா சம்மதிக்கவில்லை. தனது மூத்த மகளை பி.இ. படிக்க வைத்ததால், அவளையும் அதே படிப்பை படிக்க வைக்க ஆசைப்பட்டுள்ளார்.

அவரின் மனம் நோகக் கூடாதென தனியார் பொறியியல் கல்லூரியில் பி.இ. படிக்கச் சேர்ந்து இரண்டாண்டு காலம் சுதந்திரப் பறவையாக கல்லூரி வாழ்க்கையை அதற்குரிய உற்சாகத்துடன் அனுபவித்திருக்கிறாள். அதேநேரம் தேர்வு காலத்தில், "உங்களால் தான் புரியாத பாடங்களை மனப்பாடம் பண்ணிக் கஷ்டப்பட்டு பரீட்சை எழுதப் போறேன் அப்பா. மார்க் கம்மியா வாங்கினாலோ ஃபெயில் ஆயிட்டேனாலோ என்னைக் கேட்கக் கூடாது"என்று ஒவ்வொரு தேர்வின் போதும் தந்தையிடம் சொல்லி தன்னுடைய அதிருப்தியை காட்டியிருக்கிறாள்

இருப்பினும் ஜானவி அனைத்து தேர்வுகளிலும் நல்ல மதிப்பெண் பெற்று தேர்ச்சி அடைந்திருக்கிறாள். ஆனால் சூழ்நிலை மாறுகிறது, இதயப் பிரச்னையால் அவதியுற்ற ஜானவியின் தந்தை

காலமாகிவிட, அந்த நிமிடத்திலிருந்து அவள் வாழ்க்கையே தலைகீழாக மாறிவிடுகிறது.

இரண்டு வருடங்களாகக் கல்லூரிக் கட்டணமும் கட்ட முடியவில்லை. விளையாட்டு ஆசிரியர் வேலுவின் உதவியால் கட்டணம் ஏற்பாடு செய்து, ஒரு வழியாக கல்லூரிப் படிப்பை முடிக்கிறாள்.

ஏற்கனவே அக்காவின் திருமணத்திற்கு அப்பா வாங்கிய கடன், வட்டி, அன்றாடம் வீட்டுச் செலவு, அம்மாவின் மருத்துவச் செலவு என அனைத்தையும் சமாளிக்க வேண்டி தனியாகக் குடும்ப பாரத்தைச் சுமக்கத் தயாரானாள் ஜானவி. ஆனால் அவளின் படிப்புக்கேற்ற வேலை கிடைக்கவில்லை. கிடைத்த வேலை செய்து, குறைவான ஊதியத்தில் குடும்பத்தை காப்பாற்றுகிறாள்.

இப்படியான சூழ்நிலையில் அக்காவின் கணவனுக்கு வெளிநாட்டு வேலை போய்விட்டது எனக் கூறி குழந்தையுடன் ஜானவியின் வீட்டிலேயே வருடக் கணக்கில் குடும்பத்துடன் தங்கிவிட்டனர். குழந்தைக்குப் பால் பாட்டில், சோப்பு டப்பா முதல் அக்கா, மாமாவுக்கு உணவு, போக்குவரத்து என எல்லாவற்றுக்கும் பொறுப்பேற்கும் ஜானவி தனது இருபத்து நான்கு வயதில் அறுபது வயது அனுபவத்தை பெறுகிறாள்.

ஜானவியின் கதையை கேட்ட லட்சுமி டீச்சர் மனவேதனையுடன், "இப்போ எங்கம்மா வேலை பார்க்குற?" என்று விசாரிக்க,

"8 ஆயிரம் ரூபாய்க்கு தான் டீச்சர் கெடச்சுது. குடும்பத்த சமாளிக்க முடியல. இப்போ அமெரிக்கக் குழந்தைகளுக்கு கணக்கு சொல்லித் தரேன். நைட் ஷிப்ட் தான். 25 ஆயிரம் சம்பளம். 4 லட்ச ரூபாய் கடனை அடைச்சு முடிச்சிட்டேன்" என்றாள்.

அவளிடம் நீ தைரியமாக இரு என்று சொல்ல லட்சுமி டீச்சருக்கு வாய் வரவில்லை. ஜானவியை இறுக அணைத்துக்கொண்டார்.

இப்படித்தான் பல பெண்களின் கனவுகள் நொறுங்கி, குடும்பத்திற்காகத் தங்களை மெழுகுவர்த்திகளாக கரைத்துக்கொள்ளும் அவல நிலை உண்டாகுகிறது. குறிப்பாகக் கிராமப்புற பெண்களில் இன்னும் அவர்கள் விருப்பம் சார்ந்த படிப்பு கிடைப்பதில்லை.

இங்கு ஒன்றைக் கவனிக்க வேண்டும். ஆங்கிலமே சரியாக வராத ஜானவி, அமெரிக்கக் குழந்தைகளுக்கு அந்த நாட்டு

சு. உமாமகேஸ்வரி

உச்சரிப்பில் கணக்குப் பாடம் நடத்துகிறாள். இதன் மூலம் அவள் தனது வீழ்ச்சிகளை தாண்டி தன்னை மேன்மேலும் வலுப்படுத்தி கொண்டிருக்கிறாள். அவளது வாழ்க்கை போராட்டங்களை தைரியமாக எதிர்கொள்கிறாள் என்பதை உணர்ந்த லட்சுமி டீச்சருக்கு தனது மாணவியை எண்ணி உண்மையில் பெருமையாக இருந்தது.

பெண்கல்விக்குப் பேராபத்து கழிப்பறைப் பிரச்னைகளே...

காலை மூன்றாம் பாடவேளை (Period) வகுப்பறையில் நுழைந்தவுடன் பூஜா வயிற்றைப் பிடித்துக்கொண்டு அழுதாள்.

பூஜாவை தொடர்ந்து அக்ஷயா, வைஷாலி என்று ஒவ்வொருவராக 'ரெஸ்ட் ரூம் போயிட்டு வரேன் மிஸ்' என்று கிளம்பினர்.

"இப்போதுதானே இன்டர்வெல் விட்டாங்க, அதுக்குள்ளே போகணும்னு கேட்டால் எப்படிப் பாடம் நடத்துவது?" என்று கடுப்பாகக் கேட்ட ஆசிரியரின் முகத்தை மாணவிகள் பரிதாபமாக ஏறிட்ட நிலையில்...

அந்த வகுப்பின் தலைவி எழுந்து நின்று, "மிஸ், டாய்லெட்ல தண்ணியே வரமாட்டேங்குது. கதவில் தாழ்ப்பாள் இல்லை, கூட்டமா வேற இருக்குது. பிரேக்ல அந்த டைம்க்குள்ள போய்ட்டு வர முடியல. அதான்..." என்று தங்கள் பிரச்னைகளைத் தெரிவித்தாள்.

இந்தப் பிரச்சனையை உடற்கல்வி ஆசிரியரின் கவனத்திற்கு எடுத்துச் சென்றதில் அப்போதைக்கு தற்காலிகத் தீர்வு காண முடிந்தது. ஆனால் அதுவும் நிரந்தரத் தீர்வு அல்ல.

பள்ளிகளின் கட்டமைப்பில் மிக முக்கியமானது கழிப்பறை - தண்ணீர் வசதி. அத்தகைய வசதி அரசு பள்ளியில் பயிலும்

குழந்தைகளுக்கு முறையாக செய்து தரப்பட்டுள்ளதா என்று கேட்டால் இல்லைதான்.

ஒரு வகையில் அங்குள்ள கழிவறைகளின் நிலையை விட அங்கு படிக்கும் மாணவிகளின் நிலைதான் மிகவும் பரிதாபகரமாக உள்ளது.

'நான் இங்க ரெஸ்ட் ரூம் போகவே மாட்டேன் மிஸ்' என்கின்றன பல குரல்கள். 'எனக்கு பீரியட்ஸ் ஆனா ரொம்பக் கஷ்டமா இருக்குங்க மிஸ், தண்ணியே வரமாட்டேங்குது. அதான் லீவு போட்டுடறேன்' என்றன சிலரது குரல்கள்.

இந்தப் பிரச்சனை ஏதோ ஒரு கிராமங்களிலோ அல்லது நகரத்தின் ஏதோ ஒரு பள்ளியிலோ மட்டும் ஒலிக்கும் குரல்கள் அல்ல. தமிழகத்தில் பெரும்பான்மையான அரசு பள்ளிகளில் ஒலிக்கும் குரல்கள் இவை. அதே போல இன்று நேற்று கேட்கும் குரல்களும் அல்ல. அரை நூற்றாண்டுக்கும் மேலாகத் தமிழகப் பள்ளிகளில், குறிப்பாக அரசுப் பள்ளியில் பயிலும் பெண் குழந்தைகளிடமிருந்து வரும் பரிதாபக் குரல்கள். இது ஓர் உளச் சிக்கலாகவே மாறியுள்ளது.

இந்நாட்களில் பெண் குழந்தைகள் கல்வி பயில வருவது எண்ணிக்கையில் கூடி இருக்கலாம். ஆனால், அவர்களுக்கான கற்றல் சூழலில் உடல் ஆரோக்கியமும் மன ஆரோக்கியமும் மிக முக்கிய பங்கு வகிக்கிறது என்பதை ஏன் நமது அரசும் சமூகமும் ஏற்றுக்கொள்ள மறுக்கிறது ?

குரலற்றவர்களின் குழந்தைகளுக்குக் கல்வி தரப்படும் இடங்களாக அரசுப் பள்ளிகள் மட்டுமே இருக்கின்றன. ஆனால், இங்கு காலங்காலமாகத் தொடரும் கழிப்பறைப் பிரச்சனைகளுக்கு, 'அட்ஜட்ஸ்மென்ட்' என்ற ஒற்றை வார்த்தைதான் பதிலாக கிடைக்கின்றன.

இணையதளங்களிலும் ஊடகங்களிலும் அரசுப் பள்ளி ஆசிரியர்கள் தங்கள் குழந்தைகளை ஏன் அரசு பள்ளிகளில் சேர்ப்பதில்லை என்ற குரல்கள் வந்துகொண்டே இருக்கும். அதற்கு ஆசிரியர்களின் குரல்களில் இந்தக் கழிப்பறைப் பிரச்சனை மிக முக்கியமான பதிலாக இருக்கிறது.

பெண்கல்வி குறித்து மிகவும் நேர்மறையாகத் தற்போது பேசப்படுகிறது. உயர்கல்வி சேரக்கூடிய பெண் குழந்தைகளுக்கு

மாதம்தோறும் 1000 ரூபாய் வழங்கப்படும் திட்டமும் அறிவிக்கப்பட்டுள்ளது. அனைத்துப் பெண் குழந்தைகளும் உயர்கல்விக்குச் செல்லவேண்டும், இடைநிற்றல் இருக்கக் கூடாது என்ற அரசின் மேலான நோக்கத்தை நாம் பாராட்டாமல் இருக்க முடியாது.

தொடர்ந்து அரசு பள்ளி குழந்தைகளுக்கான பல்வேறு திட்டங்களை அரசு அறிவித்துள்ளது. இவற்றை எல்லாம் பார்க்கும் போது மிகவும் மகிழ்ச்சியாக இருக்கிறது. அதே வேளையில் நாம் மேற்சொன்ன நிகழ்வுகளையும் தொடர்புபடுத்திப் பார்க்க வேண்டும்.

அரசு பள்ளிகள் இருபத்து ஒன்றாம் நூற்றாண்டின் தொழில்நுட்ப வளர்ச்சியால் ஸ்மார்ட் வகுப்பறைகளும் ஹை-டெக் ஆய்வகங்களும் ஆங்கிலம் பேசும் வழிமுறைகளும் நிறைந்த பள்ளிகளாக மட்டும் இருந்தால் போதுமா? அடிப்படை உடல் ஆரோக்கியத்தில் கவனம் செலுத்த வேண்டாமா?

பதிமூன்று வயதிலேயே 'யூரினரி இன்ஃபெக்ஷன், டிரீட்மென்ட் எடுத்து வருகிறேன்' எனக் கூறும் ஆயிரக்கணக்கான பள்ளிக் குழந்தைகளை அடையாளம் காட்ட முடியும்.

எந்த அரசு வந்தாலும் பள்ளிக் கழிப்பறைப் பிரச்னைகளுக்கான தீர்வு காணப்படுவதில்லை. பொத்தாம் பொதுவாக ஆணைகளை மட்டும் பிறப்பிக்கின்ற அரசும் கல்வித்துறையும் பெண் குழந்தைகளின் கல்வி மீதும் எதிர்கால வாழ்வு குறித்தும் நியாயமான அக்கறைகாட்ட மறுப்பது ஏன்? ஆசிரியர் சமூகமும் பெற்றோரும்கூட இதில் மிகத் தீவிரமாக மாற்றங்களுக்காக கரம் கோர்க்கவில்லை என்பதை சொல்லியாக வேண்டும்.

கழிப்பறைகளைத் தூய்மை செய்யும் பணியாளர்களுக்கு ஊதியமும் முறையாக வழங்குவதில்லை, காரணம் வெளி மாநில ஒப்பந்ததாரர்களையே நம்பி இருக்கும் அரசு. அவர்கள் வழியாகவே பள்ளிகளுக்குத் தூய்மைப் பணியாளர்களை நியமித்து ஊதியம் வழங்கும் நடைமுறையை பல வருடங்களாகப் பின்பற்றுகிறது. இவையெல்லாம் கழிப்பறை நாற்றங்களில் மறைந்து கிடக்கும் பிரச்சனைகள்.

14417 மற்றும் 1100 எண்கள் அவசர அழைப்புக்கு வந்தாலும் புகார்கள் செல்லுமா? அல்லது சென்றால் தான் தீர்க்கப்படுமா

சு.உமாமகேஸ்வரி

என்றே சிந்திக்கத் தோன்றுகிறது.

பள்ளிக்கல்வித் துறை அமைச்சர் அன்பில் மகேஷ் பொய்யாமொழி, "அரசு பள்ளிகளை நவீனப்படுத்தவும் அவற்றின் தரத்தை உயர்த்தவும் நடவடிக்கை எடுக்கப்பட்டு வருகிறது. அரசு பள்ளிகள் வறுமையின் அடையாளமல்ல, பெருமையின் அடையாளமாக மாற்றுவோம்" என்று கடந்த ஆண்டு நடந்த சட்டமன்றக் கூட்டத்தொடரில் அறிவித்து இருந்தார்.

நவீனம் என்பது பள்ளிக் கட்டமைப்பு மற்றும் கல்விக்கான திட்டங்களில் மட்டும்தானா? கழிப்பறைகளை நவீனப்படுத்துவதும் அதை நல்ல முறையில் பராமரிப்பதும் அத்தகைய நவீனத்தனத்தில் அடங்காதா?

இந்த கழிப்பறைப் பிரச்னையும் பெண் கல்வியும் ஒன்றோடு ஒன்று தொடர்புடையானவாக இருக்கின்றன. இந்த நிலை மாற வேண்டும். பெண் குழந்தைகள் நூறு சதவிகிதம் ஆரோக்கியமான கல்வியைப் பெறும் சூழ்நிலை உருவாக வேண்டும்.

ஒவ்வொரு பள்ளியின் ஆசிரியர்களும் பெற்றோர்களும் ஒன்றிணைந்து இந்த பிரச்னைக்கு தொடர்ந்து குரல் கொடுப்பதன் மூலமாக நிச்சயம் இதற்கான தீர்வைக் கண்டடையலாம்.

எல்லாப் பெண் குழந்தைகளுக்கும் உயர் கல்வியைச் சாத்தியப்படுத்துங்கள்!

பெண் குழந்தைகளின் உயர்கல்விக்காக உதவித் தொகை வழங்கும் பொருட்டு தமிழக அரசு *https://penkalvi.tn.gov.in* என்ற இணையதளத்தைக் கடந்த மாதம் வெளியிட்டது . மிக முன்னோடியான வரவேற்கத் தகுந்த திட்டம் இது.

இருநூறு ஆண்டுக் காலம் பின்னோக்கிப் பார்த்தால், பெண் குழந்தைகளுக்கான கல்வி இந்தியாவில், தமிழ்நாட்டில் எப்படி இருந்தது என்று வரலாறு சொல்லும். 1800களில் பெண் குழந்தைகளுக்கு வீடுகளில் மட்டுமே கல்வி தரப்பட்டது என்று வரலாறு கூறுகிறது.

1826-ம் ஆண்டில் மதராஸ் பிரஸிடென்ஸி அரசில் கவர்னராக இருந்த சர் தாமஸ் மன்றோவின் கூற்றுப்படி, பள்ளிக் கல்வி பெற்ற பெண்களின் எண்ணிக்கை மிகவும் குறைவு. இந்த 300 ஆண்டுகளில் பெண்கல்வி ஒப்பீட்டளவில் மிகச் சிறப்பாகக் வளர்ச்சி பெற்றிருந்தாலும் அதற்காகப் பெண்ணினம் கடந்துவந்த பாதையும் இன்னல்களும் சொல்லில் அடங்காதவை.

1850களில் பெண்களுக்குப் பள்ளிகளை ஆரம்பித்த சாவித்ரி பாய் பூலே தம்பதி எடுத்த முயற்சிகளும் போராட்டங்களும் சொல்லும் செய்திகள் ஏராளம். அதே காலகட்டத்தில் பெண்கல்விக்காக தொடர்ந்து போராடிய ஈஸ்வர சந்திர வித்யாசாகர், அவர் ஆரம்பித்த பெண் குழந்தைகளுக்கான பள்ளிகளில் பயின்ற

பெண்களும் இன்றைய பெண்கல்வியின் வரலாற்று விதைகள். இவர்களைப் போலவே ரமாபாய் ராணடே பெண் கல்வியின் ஜான்சிராணியாக கர்ஜித்தவர்.

வட இந்தியாவில் பெண்கல்விக்காகப் போராடிய இவர்களைப் போல, தென் இந்தியாவில் அன்றைய சென்னை பிரஸிடென்ஸி பகுதியில் பெண்கல்விக்காக முழக்கமிட்டவர் பண்டித ரமாபாய். அப்போதைய ரிப்பன் பிரபுவின் காலத்தில் அமைக்கப்பட்ட கல்வி ஆணையமான ஹண்டர் குழுவின் முன் அவர் பேசியது, இந்த நாட்டில் *99%* படித்த ஆண்கள்கூட பெண் கல்வி கற்பதை விரும்பவில்லை என்ற முழக்கம்.

பண்டித ரமாபாய்... மாட்டு வண்டியில் பல மைல்கள் பயணித்து, பெண்களுக்கான மாலை நேர வகுப்புகளைப் பல ஊர்களில் திண்ணை, கோயில் வாசல் என நடத்தியதும்கூடப் பெண்கல்வியின் ஆரம்ப வரலாற்று வேர்களே.

இவற்றின் தொடர்ச்சியாகவே கிறிஸ்தவ மிஷினரிகள் கல்வியைத் தர முன்வந்தன. பெண்களின் கல்வியில் இவை பெரும் பங்கு வகித்தன. கிறித்தவ மிஷினரிகளைத் தொடர்ந்து இந்து, முஸ்லீம் அமைப்புகளும் கல்வியைத் தர முன் வந்ததும் இன்றைய பெண்களின் கல்வி வளர்ச்சிக்கு அடுத்தடுத்த சங்கிலிகள். இப்படி உருவான பள்ளிகளை 'அரசு உதவி பெறும் பள்ளிகள்' *(Government Aided Schools)*என்ற வரையறைக்குள் பின்னாளில் கொண்டுவந்தது அரசு.

இப்படி பெண்களின் கல்விக்கு உறுதுணையாக இருந்த பள்ளிகளில் படித்து வெளிவந்த பெண் குழந்தைகள் ஏராளம். அங்கு படிக்கும் குழந்தைகளும் சமூகத்தின் அடித்தட்டு பிரிவில் இருந்து வரும் பொருளாதாரத்தில் நலிவுற்ற குடும்பங்களின் குழந்தைகள்தாம்.

சமகாலத்தில் அரசின் கொள்கை, பெற்றோரின் விழிப்புணர்வு, சமூகத்தின் வளர்ச்சி இவற்றின் அடிப்படையில் பெண்கல்வி என்பது அடுத்த கட்ட நகர்வுக்கு வளர்ந்துள்ளது.

பெண்கல்வியைப் பள்ளிக் கல்வியில் *100%* சேர்க்கை என்று உறுதி செய்தாலும் உயர்கல்வியில் சேர்க்கை பாதியைக்கூட எட்ட முடியாத வகையிலேயே இருக்கிறது. இதற்குப் பல காரணங்கள் இருந்தாலும் முக்கியக் காரணம், பொருளாதாரப் பிரச்சனைதான்.

அப்படிப்பட்ட பொருளாதாரப் பிரச்சனையைத்தான் களைய முற்பட்டு இருக்கிறது தமிழக அரசு. இந்த உதவி பல லட்சக்கணக்கான பெண் குழந்தைகளின் எதிர்கால வாழ்க்கையை பிரகாசமாக்கும் என்பதில் ஐயமில்லை.

ஆனால் அரசின் அறிவிப்பான மாதம் 1000 ரூபாய் திட்டம் அரசுப் பள்ளிக் குழந்தைகளுக்கு மட்டும்தான் என்பது அரசு உதவி பெறும் பள்ளிகளில் பயிலும் பெண் குழந்தைகளுக்கு மிகப் பெரிய ஏமாற்றத்தை ஏற்படுத்தியுள்ளது.

ஏனெனில் எத்தனையோ கிராமங்களில் அரசுப் பள்ளிகள் கிடையாது. அரசுப் பள்ளிகள் இல்லாத இடங்களில் அரசு உதவி பெறும் பள்ளிகள்தாம் கல்வி கொடுக்கும் பணியைக் காலம் காலமாகச் செய்து வருகின்றன. அங்கும் லட்சக்கணக்கான பெண் குழந்தைகள் கல்வி பெற்று வருகின்றனர். அவ்விதமாக பார்க்கும் போது இந்த திட்டம் அரசு மற்றும் அரசு உதவி பெறும் பள்ளிகள் அனைத்திலும் படிக்கும் பெண் குழந்தைகளுக்கான பொதுவான திட்டமாக ஏற்படுத்தப்பட்டிருக்க வேண்டும்.

அப்படி இருக்குமானால் தான் அடித்தட்டு மக்களுக்கான உண்மையான திட்டமாக இதனை பார்க்க இயலும்.

பேருந்துகளில் அனைத்துப் பெண்களுக்கும் இலவசக் கட்டணச் சலுகை அறிவித்தது மொத்த பெண் சமூகத்திற்கும் வரவேற்பாக இருந்தது. ஏனெனில் உண்மையாகவே இத்திட்டம் அடித்தட்டு மற்றும் நடுத்தர வர்க்கப் பெண்களின் பொருளாதார விடுதலையுடன் தொடர்புடையதாக இருக்கிறது.

அதேபோல உயர்கல்வி படிக்கும் அனைத்து விளிம்புநிலை, நடுத்தரப் பெண் குழநதைகளும் படிக்கும் அரசு மற்றும் அரசு உதவி பெறும் பள்ளிகளை அரசு கவனத்தில்கொள்ள வேண்டும். அங்கு படிக்கும் எல்லாப் பெண் குழந்தைகளுக்கும் மாதம் 1000 ரூபாய் என்று மறுபரிசீலனை செய்தால், பெண் கல்வியில் தமிழ்நாடு விடிவெள்ளியாகத் திகழும். Her Stories தளத்தின் வழியாக அரசுக்கும் முதல்வருக்கும் இதனை கோரிக்கையாக வைக்கிறேன்.

பெண் குழந்தைகளுக்குப் பாதுகாப்பை உறுதி செய்ய இயலாதது ஏன்?

பெண் குழந்தைகள் கல்வி பெறுவது குறித்து உருவாகும் ஏராளமான சிக்கல்களை நாம் தொடர்ந்து இங்கே பேசி வருகிறோம். தற்போது தமிழகம் முழுவதும் பற்றி எரிந்து கொண்டிருக்கும் பிரச்சனை கள்ளக்குறிச்சி மாணவியின் இறப்பு. அது கொலையா தற்கொலையா என்று விவாதம் நடந்து வருகிறது. காவல்துறை புலனாய்வு செய்து வருகிறது.

எத்தனை காரணங்கள் இருந்தாலும் ஒரு குழந்தை இறந்ததை எவ்வகையிலும் ஏற்றுக்கொள்ள இயலாது. ஒரு மாணவி தானா இப்படி என்றால் இல்லை. அடுத்து ஒரே வாரத்தில் 12 ஆம் வகுப்பு திருவள்ளூர் மாணவியின் இறப்பு.

வெகுகாலமாக தொடர்ந்து நடந்து வரும் பள்ளி குழந்தைகளின் மரணங்கள் மிகவும் மோசமான சூழலாகவும் குழந்தைகளுக்கு நடக்கும் வன்முறையாகவும் தான் பார்க்க முடிகிறது.

பொதுவாகவே பள்ளி, கல்லூரி செல்லும் குழந்தைகளிடையே பல்வேறு காரணங்களால் இறப்பு ஏற்படுகிறது என்றாலும் பெண் குழந்தைகளது இறப்பு கவனிக்கத்தக்கது. அது தற்கொலையாகவும் கொலையாகவும் மாறுவதற்குப் பின்னணயில் இருக்கும் காரணிகள் என்னவோ பெண் குழந்தைகளுக்கு இழைக்கப்படும் வன்முறைகள்தான்.

தேர்வுகளுக்கான அழுத்தம் மிகப் பெரிய வன்முறை

என்றால் அதைத் தாண்டிய பல வன்முறைகளும் நீளுகின்றன. நீட் தேர்வின் அச்சத்தால் நிகழ்ந்த அனிதாவின் மரணத்தை இன்னும் மறக்க முடியாமல் தவிக்கிறோம். அனிதாவைத் தொடர்ந்து ஐந்து வருடங்களில் பல குழந்தைகள் தங்கள் உயிரை மாய்த்துக்கொண்டது நிகழ்ந்தது. இன்னும் தொடர்கிறது. நீட் மரணங்கள் தனியாகவே பேசப்பட வேண்டியது.

குறிப்பாகப் பெண் குழந்தைகள் கல்வி கற்கும் பள்ளிகளில் கல்லூரிகளில் ஆரம்பித்து அவர்களது வீடுகளில், சமூகத்தில் என எங்கும் அவர்களுக்குப் பாதுகாப்பு இல்லை என்ற சூழல் தான் தற்காலத்தில் மிகுதியாகக் காணப்படுகிறது. அதை அனைவரும் அறிவோம். பெண் குழந்தைகள் யாரைத்தான் நம்புவது? பெண் குழந்தைகளை யாரை நம்பி விட்டுச் செல்வது?

பள்ளி செல்லும் குழந்தைகளுக்குப் பாலியல் சீண்டல், துன்புறுத்தல் சக மாணவர்களாலும் கற்பிக்கும் ஆண் ஆசிரியர்களாலும் தொடர்ந்து நிகழ்ந்து வருகிறது. பெண் ஆசிரியர்கள் என்றால் வார்த்தைகளின் வழியே துன்புறுத்தல்களை நிகழ்த்துகின்றனர்.

இதில் பத்து சதவிகித எண்ணிக்கையில் உள்ளவை மட்டுமே ஊடகங்களின் வழியாக வெளியே வருகின்றன. பேசப்படுகின்றன. அவற்றுள் பெரும்பான்மையானவை நமது கவனத்திற்கே வருவதில்லை என்பதுதான் உண்மை.

'சாட்டை' திரைப்படத்தில் ஒரு காட்சி வரும். அறிவியல் பாட ஆசிரியர் அவரிடம் படிக்கும் மாணவிக்குப் பாலியல் தொல்லை கொடுப்பார். அதனால் அந்த மாணவி தற்கொலைக்கு முயன்று பிறகு காப்பாற்றப்பட்டு, சாட்சி சொல்கிறாள். ஏற்கனவே உடன் படிக்கும் மாணவன் காதல் கடிதம் கொடுத்தது வீட்டில் தெரிய வந்து அவளை பள்ளிக்கூடத்தை விட்டு நிறுத்த முயல்வார்கள். அந்த பிரச்சனையை கடந்து வந்தால் இங்கே அறிவியல் ஆசிரியரின் பாலியல் சீண்டல்.

ஒரு பெண் படிப்பதற்கு எத்தனை எத்தனை இடையூறுகள்? எத்தனைவிதமான பிரச்னைகள்? இத்தனயும் கடந்து அவள் எப்படித்தான் படிப்பாள்?

பெண்களுக்கு வீடுகளும் பாதுகாப்பு தருவதில்லை, பள்ளிகளிலும் முழுமையான பாதுகாப்பு இல்லை. இதில்

பள்ளிகளால் நடத்தப்படும் விடுதிகளும் பெண் குழந்தைகளைக் காவு வாங்குகின்றன.

இன்றைய நாள்கள் அந்தக் காலம் போல இல்லை, எல்லாமே மாறிவிட்டது. தொழில்நுட்ப ரீதியாகப் பல்வேறு படிநிலைகளில் வளர்ச்சி பெற்று வருகிறது. எனினும், பெண் குழந்தைகளுக்கான வன்முறைகள் குறையவில்லை. அவை புதிய புதிய வடிவங்களில் நம்மை அச்சுறுத்தி கொண்டுதான் இருக்கின்றன.

அரசும் அதற்குத் தக்கவாறு பெண்கள் பாதுகாப்புச் சட்டங்கள், வகுப்பறைகளில் குழந்தைகளுக்கான 24 மணி நேர சேவை எண்கள் (1098 மற்றும் 14417) என்று பாதுகாப்பு முயற்சிகளைத் தொடர்ந்து மேற்கொண்டு வந்த போதும் பெண் குழந்தைகள் மீதாக நிகழ்த்தப்படும் வன்முறைகளும் குற்றங்களும் குறைந்தபாடில்லை.

அவ்வப்போது பள்ளிகளில் மாணவிகளுக்குப் பாலியல் தொல்லை, ஆசிரியர் கைது என்ற செய்திகள் ஊடகங்களில் வெளிவந்தவண்ணம் இருக்கின்றன.

இரு வருடங்கள் முன்பு கொரோனா காலத்தில் பின்பற்றப்பட்ட இணையவழிக் கல்வி கற்பித்தலால் தனியார் பள்ளியில் பெண் குழந்தைகளிடம் அத்துமீறிய ஆசிரியர் என்ன ஆனார்? அந்தப் பள்ளி இன்று இயங்காமலா இருக்கிறது?

அரசுப் பள்ளிகளில் மட்டும் பாலியல் சுரண்டல் நடக்காமலா இருக்கிறது? தனியார் பள்ளியின் விடுதியில் பாதுகாப்பு இல்லை என்று குரல் கொடுக்கிறோம். ஆனால், அரசு உதவிபெறும் பள்ளி விடுதியில் ஒரு பெண் குழந்தை இறந்தது எப்படி என்றால் எங்கு தான் பெண் குழந்தைகளை சுதந்திரமாக, நிம்மதியாக வாழ விடுகிறது இந்தச் சமூகம்?

போக்சோ சட்டம் இருந்தும் பெண் குழந்தைகளுக்கு ஏன் பாதுகாப்பு கிடைப்பதில்லை?

ஏனெனில் இதனை தடுக்க சட்டரீதியான தீர்வுகள் மட்டும் போதாது. சமுதாய ரீதியான தீர்வுகளையும் முன்னெடுக்க வேண்டும்.

பெண்களுக்கு எதிராக நிகழ்த்தப்படும் வன்முறைகளை வெறும் செய்திகளாக மட்டும் கடந்து செல்லாமல் ஒவ்வொருவரும் பொறுப்புணர்வுடன் அதற்கான தீர்வை அணுக வேண்டும்.

பெண்களை சக மனிதராக மதிப்பது பற்றி வீடுகளும்

பள்ளிகளும் சமூகமும் தொடர்ந்து நினைவுபடுத்திக் கொண்டே இருக்க வேண்டும்.

அதிலும் பெற்றோர்கள் பள்ளிக்கும் கல்லூரிக்கும் தங்கள் பிள்ளைகளை அனுப்பிவிட்டால் மட்டும் போதாது. வீட்டைவிட்டு வெளியே செல்கையில் அவர்களுக்கு ஏற்படும் பாதுகாப்பற்ற உணர்வைக் களைய வேண்டும் . விழிப்புணர்வை ஏற்படுத்த வேண்டும். அவர்கள் பிரச்னைகளை எந்தவித தயக்கமும் அச்சமும் இல்லாமல் உங்களிடம் சொல்லவும் அதனை துணிவுடன் அணுகவும் கற்று கொடுக்க வேண்டும்.

அடுத்ததாக ஆசரியர்கள். பள்ளிக்குள் பெண் குழந்தைகளின் பாதுகாப்பை உறுதி செய்ய வேண்டிய இடத்தில் இருப்பவர்கள் ஆசிரியர்கள்தாம் பெற்றோர்கள் தங்கள் பங்கைச் சரியாகச் செய்யாத இடங்களிலும் ஆசிரியர்கள்தாம் அக்குழந்தைகளின் பாதுகாப்பிற்கு பொறுப்பேற்க வேண்டும். இது ஆசிரியர் பணியின் அறமேயன்றி வேறில்லை.

அதற்கு வேறெந்த தனிப்பட்ட முயற்சியும் தேவையில்லை. வகுப்பறையில் முறையான உரையாடலை ஆரம்பித்தாலே போதும். குழந்தைகளுக்கு ஆசிரியர்கள் மீது நம்பிக்கை உருவாகும். பெண் குழந்தைகளுக்கு எதிரான வன்முறைகள் வெகுவாக குறையும். அதை மீறியும் நிகழ்ந்தால் சட்டங்கள் அதற்கு முற்றுப்புள்ளி வைக்க வேண்டும். பாரபட்சமற்ற நடவடிக்கைகளை அரசு மேற்கொள்ள வேண்டும். அப்போதுதான் அரசின் மீதும் நம்பிக்கைப் பிறக்கும்.

பெண் குழந்தைகளின் பாதுகாப்பை உறுதி செய்யாத சமூகமும் அரசும் எத்தனை வளர்ந்தாலும் அர்த்தமில்லை. ஆகவே பெண் குழந்தைகள் பிறந்த நாளிலிருந்து பாதுகாக்க சமூகமும் அரசும் உறுதி ஏற்க வேண்டும்.

பெண்ணுக்கான சுதந்திரம் எப்போது?

நமது நாட்டின் 75வது சுதந்திர தினத்தை சீறும் சிறப்புமாக கொண்டாடிக் கொண்டிருக்கும் இந்த வேளையில் கல்வி தொழில் பொருளாதாரம் போன்ற துறைகளில் நாம் வளர்ச்சி பாதையில் பயணித்து கொண்டிருப்பதாகப் பெருமைப்பட்டுக் கொள்கிறோம். ஒரு வகையில் அது உண்மையும்கூட. ஆனால் அதே பெருமைமிகு சுதந்திர இந்தியாவில் பெண்களுக்கான இடம் எங்கே இருக்கிறது?

நமது மக்கள் தொகையில் ஆண்-பெண் பிறப்பு விகிதம் குறித்துப் பார்க்கும் போது பெண்களுடைய வளர்ச்சி எங்கு உள்ளது?

கல்வியில் பெண்கள் எந்தளவில் முன்னேறி உள்ளனர்? பெண்கள் வேலை பார்க்கும் இடங்களில் அடிமை மனோபாவம் மாறிவிட்டதா? ஆண்களுக்கு நிகராக அலுவலகங்களில் பெண்களுக்கு சம ஊதியம் வழங்கப்படுகிறதா?

இந்த கேள்விக்கான பதில்களை எல்லாம் சமூக ஊடகங்களில் தேடினால் நமக்கு போலியான ஒரு பிம்பம்தான் கிடைக்கும். உடுத்தும் உடை போன்றவற்றில் பெண்கள் மாறி வந்திருந்த போதும் அவை உண்மையான சுதந்திரம் அல்ல.

அத்தகைய உண்மையான சுதந்திரம் நமது சமூகத்தில்

இன்னுமும் பெண்களுக்கு கேள்விக்குறியாகவே உள்ளன. பார்வைக்கு புலப்படாதபடிக்கு காலம் காலமாக மறைக்கப்பட்டும் மறுக்கப்பட்டும் வந்திருக்கின்றன.

எந்தத் துறையை எடுத்துக்கொண்டாலும் பெண்களுக்கான உழைப்புச் சுரண்டல் நிகழ்கிறது. இன்றும் பல துறைகளில் உயரிய பதிவுகளை வகிப்பவர்கள் ஆண்களாகவே உள்ளனர். பெரும்பாலான பெண்களுக்கு அவர்கள் திறமைக்கான அங்கீகாரம் கிடைப்பதில்லை.

அதே நேரம் பெண்கள் நிறைய பேர் வேலைக்கு செல்கின்றனர். பொருளாதார நிலையில் உயர்ந்திருக்கின்றன. எனினும் பெண்கள் அவர்களுடைய பொருளாதாரத்தை அவர்களே நிர்வகிக்கிறார்களா என்று கேட்டால், நூற்றுக்கு 90 குடும்பங்களில் இல்லை என்ற பதிலே வரும்.

நமது சமுதாயத்தில் பெண்களின் சுதந்திரத்தைக் குழிதோண்டி புதைக்கும் முதல் இடம் குடும்பங்கள்தான். அவ்விதமாகவே நமது குடும்ப அமைப்புகளும் வடிவமைக்கப்பட்டுள்ளன. ஏனென்றால் பெண்கள் குடும்பங்களில் ஆண்களுக்குக் கட்டுப்பட்டவர்களாக இருக்க வேண்டும் என்றுதான் எதிர்பார்க்கப்படுகின்றனர்.

அடக்கமாக இருக்க வேண்டும், குடும்பப் பண்புடையவர்களாக இருக்க வேண்டும், அமைதியாக இருக்க வேண்டும், சகிப்புத்தன்மை கொண்டவராக இருக்க வேண்டும் என்று பலவிதமான போலி கற்பிதங்கள். இதுபோன்ற கற்பிதங்களால் சிறுவயதிலிருந்தே பெண்கள் மோசமான அடக்கமுறைகளுக்கு ஆளாகின்றன. ஒடுங்கி வாழக்கூடிய சூழலுக்கு தள்ளப்படுகின்றனர்.

ஒரு பெண்ணாக தான் நினைப்பதை, சிந்திப்பதை, விரும்புவதை இந்தச் சமூகத்தில் பேச, எழுத, செயல்பட அவளால் முடிகிறதா?

நமது சமுதாயத்தில் பெண்களின் சுயமரியாதைக் காக்கப்படுகிறதா?

இங்கு சமத்துவம் பேசும் கூட்டங்களின் மேடைகளில்கூடப் பெண்களுக்கான இடம் என்பது காலியாகவே இருக்கின்றன. இந்தச் சமூகம் ஆண் சுபாவத்தாலும் ஆண்களின் கற்பனையாலும் ஆண்களின் அதிகாரத்தாலும் பெண்களுக்கான சுதந்திரத்தை, தனது கைகளில் கடிவாளம் போட்டு இயக்கி வரும் இயல்பிலிருந்து இன்னும் மாறவில்லை.

இன்னும் சொன்னால் மாலை ஆறு மணிக்கு மேல் ஆண்களுக்கு மட்டுமே வெளியில் நடமாட அனுமதியுள்ள ஊர்கள், அடிமை இருளில் வசதியாக உறங்கிக்கொண்டுதான் இருக்கின்றன.

இத்தனை அடக்கு முறைகளுக்கு பிறகும் பாலியல் வல்லுறவுகள் குறைந்துவிட்டனவா? என்றால் இல்லைதான். இன்னும் தேசத்தின் மூலை முடுக்குகளில் வயது வரம்பின்றி பெண்களுக்கு எதிரான பாலியல் வன்முறைகள் நடந்து கொண்டுதான் இருக்கின்றன.

மொத்தமாகவே மக்களின் மனோபாவம் அடிமைத் தனத்திற்கு எடுத்துக்காட்டாக வாழப் பழகிவிட்டது. அதே மனோபாவத்தைப் பெண்களை நோக்கிக் காட்டி, சமூகம் பெண்களைச் சுதந்திர மனப்பான்மையற்றவர்களாக வாழ நிர்ப்பந்திக்கிறது.

எனில் 75 வருட கால சுதந்திர இந்தியாவில் பெண் சுதந்திரம் எங்கே இருக்கிறது?

மீண்டும் ஆரம்பித்த இடத்திற்கே நாம் வந்து நிற்கிறோம். இந்த கேள்விக்கான பதிலை நாம் எப்போது கண்டடைய போகிறோம்.

பெண் குழந்தைகளின் உண்மை நிலை என்ன?

சமீபத்தில் சென்னை மருத்துவக் கல்லூரியின் மருத்துவர்கள் செய்த ஆய்வின் விவரம் செய்தித்தாளில் வந்துள்ளது. 9 முதல் 11 வகுப்புகள் வரை பயிலும் 300 மாணவிகளை இந்த ஆய்வுக்கு உட்படுத்தியுள்ளனர்.

அதன் சாரம் இது தான், சென்னை அரசுப் பள்ளிக் குழந்தைகளில் 5% மாணவிகள் பாலியல் துன்புறுத்தலுக்கு ஆளாகிறார்கள். குறிப்பாக அந்த ஆய்வில் கலந்துகொண்ட மாணவிகளில் 78% பேர் தாங்கள் உடல் ரீதியாகப் பாதிக்கப்படுவதாகப் புகார் தெரிவித்துள்ளனர். 44% மாணவிகள் பாலியல் ரீதியாகத் பாதிக்கப்பட்டுள்ளதைக் கூறியுள்ளனர். 18% குழந்தைகள் உடல் ரீதியான துன்புறுத்தல்களும் பாலியல் ரீதியான துன்புறுத்தல்களுமாக இரு வகையிலும் பாதிக்கப்பட்டுள்ளனர் என்று தெரிவித்துள்ளனர்.

வீட்டின் அறைக்குள் வைத்துப் பூட்டப்படுதல் (7%), உதைத்தல் (32%), அறைதல் (82%), கீழே தள்ளுதல் (14%) எனப் பொதுவான, உடல் ரீதியான துன்புறுத்தல்கள் குறித்தும் தெரிவித்துள்ளனர். அவர்களில் 25% மாணவிகள் மாதத்திற்கு ஒரு முறையாவது தங்களுக்கு இது போன்று நடந்துவிடுவதாகவும், பெரும்பாலும் தந்தை, தாய், சகோதரர், அத்தை, மாமா, உறவினர்களால் இத்தகைய துன்புறுத்தல்களைச் சந்திப்பதாகவும் கூறியுள்ளனர்.

பாலியல் ரீதியாகப் பாதிக்கப்படும் மாணவிகள் அடிக்கடி அந்தப் பிரச்னையைச் சந்திப்பதாகவும், தங்கள் தந்தை, உடன் பிறந்தவர்கள், சகோதரர்களின் நண்பர்கள், பக்கத்து வீடுகளில் வாழ்பவர்கள், உறவினர்கள் என இவர்களே பெரும்பாலும் பாலியல் சீண்டல்களுக்குக் காரணமாக இருக்கின்றனர் என்று தெரிவித்துள்ளனர். இதில் மிகக் குறைந்த சதவீதளவில்தான் புதியவர்களால் ஏற்படுகிறது.

94% குழந்தைகள் தங்கள் மீதான இப்படிப்பட்ட வன்முறைகள் பற்றிய விழிப்புணர்வுடன்தான் இருக்கின்றனர். ஆனால், அவர்கள் இது பற்றி வெளியே சொல்வதைத் தவிர்த்துவிடுவதாகவும் இந்த ஆய்வு கூறுகிறது. மிக முக்கியமாக கவனிக்க வேண்டிய இடம் இது.

இந்த ஆய்வின் முடிவுகளை நாம் எளிதாகக் கடந்துவிட முடியாது. ஒரே ஒரு பள்ளியில் படிக்கக்கூடிய 300 குழந்தைகளை எடுத்து ஆய்வு செய்யும்போது, இத்தனை பிரச்சனைகள் வெளிவருகின்றன என்றால் ஒவ்வொரு பள்ளியிலும் படிக்கக்கூடிய குழந்தைகளிடம் இது போன்ற ஆய்வுகளை மேற்கொண்டால், அதன் முடிவி எத்தனை பயங்கரமானதாக இருக்கும் என்று கற்பனை கூட செய்து பார்க்க முடியவில்லை.

பெரும்பாலும் பெண் குழந்தைகள் பாலியல் ரீதியான சிக்கல்களுக்கு ஆளாகின்றனர் என்றால் அதன் அடிப்படை வீட்டிலிருந்தே தொடங்குகிறது. உடல் ரீதியான துன்புறுத்தல், மன ரீதியான துன்புறுத்தல், பாலியல் வன்முறைகள் என அனைத்து வகையிலும் வீடுகளிலிருந்தே தொடங்குகின்றன. காலம் காலமாக இந்த ஒடுக்குமுறைகள் தங்களுக்கு நிகழ்வதும் இதற்கான தீர்வுகள் கிடைக்காததும் பெண்களை விரக்தி மனநிலைக்கு அழைத்துச் செல்கின்றன.

யாரிடம் சொல்லி என்ன பிரயோஜனம் என்ற மனநிலையால் தங்களுக்குள்ளேயே புதைத்துக்கொண்டு வாழும் மனோபாவம் பெற்றுவிடுகின்றனர்.

பெண் குழந்தைகள் பள்ளியில் படித்தாலும் சரி, கல்லூரியில் படித்தாலும் சரி, எந்த வயதிலும் பாதிக்கப்படுகின்றனர். அவர்களது குரல்வளைகள் நெறிக்கப்படுவது போலவே இருப்பதால் தங்களுக்கான பிரச்சனைகளை வெளியில் பேச மறுக்கின்றனர்.

பெண் குழந்தைகள் பாதுகாப்பு என்று எழுதிய கட்டுரையின் ஒரு தொடர்ச்சியாகவே இதை நாம் பார்க்கலாம். பெண் குழந்தைகளுக்கு இங்கு தொடர்ந்து பாதுகாப்பு மறுக்கப்பட்டு வருகின்றது. மறைமுகமாகவும் நேரடியாகவும் குழந்தைகளுக்கான பாதுகாப்பு நிராகரிக்கப்படுகிறது. அது எங்கிருந்து ஆரம்பிக்கிறது என்றால் வீடுகளிலிருந்து, சமூகத்தில் இருந்து ஆரம்பிக்கிறது எனில், நாம் திரும்பக் கேட்பது பெண் குழந்தைகளுக்குப் பாதுகாப்பு எங்கே? அவர்களுடைய பிரச்னைகளை அவர்கள் எங்கு சொல்லித் தீர்வு காண்பார்கள்? 14417 என்ற எண்ணிற்கு தமிழகம் முழுவதும் உள்ள பெண் குழந்தைகள் தங்களுக்கு எதிராக நிகழும் அத்தனை வன்முறைகளுக்கும் அழைத்தால் நாம் தாங்குவோமா?

போக்சோ இருந்தும் பயன் என்ன? குழந்தைகளுக்கான பாதுகாப்பு அமைப்புகள் முழு வீச்சில் இயங்குகின்றனவா? இப்படிப் பல கேள்விகள் இருந்தாலும் நடைமுறை சாத்தியக்கூறுகளை நோக்கி நாம் நகர வேண்டும்.

அரசு எடுக்கக்கூடிய முயற்சிகளும் தாமரை இலை தண்ணீர் போலவே இருப்பதால் தான் இன்று பல பெண் குழந்தைகளுக்கு மரணம் நிகழ்கிறது. பள்ளியும் பாதுகாப்பு இல்லை, வீடும் பாதுகாப்பில்லை. சமூகமும் பாதுகாப்பு இல்லை. இந்தச் சூழல் இன்னும் எத்தனை நூற்றாண்டுகள் நீடிக்கும்? பெண்கள் சார்ந்து இயங்கக் கூடிய அமைப்புகளும் பெண்ணியச் செயல்பாட்டாளர்களும் கவனத்தில்கொள்ள வேண்டிய விஷயம் இது.

அதற்கான தீர்வு, பள்ளிக் கல்வி முறையில் கவனம் செலுத்த வேண்டியதன் அவசியத்தை நமக்குக் கற்றுக் கொடுக்கிறது. பெண் குழந்தைகளிடையே அவர்களை இந்தச் சமூகம் நடத்தும் விதம், அவர்களுக்கான உடல் ரீதியான துன்புறுத்தல்கள், பாலியல் சீண்டல்கள் குறித்து தைரியமாக வெளிப்படுத்த வாய்ப்புகள் உருவாக்கப்பட வேண்டும்.

ஆகவே இப்படியான வாய்ப்புகளை உருவாக்கும் களங்களாக வகுப்பறைகள் மாற வேண்டும். பெண் குழந்தைகளின் பாதுகாப்புக்கு விதை போடும் இடமே பள்ளியாக இருக்க முடியும். அப்படியான பாதுகாப்பு என்பது வேலை வாய்ப்புகளை உருவாக்கி தரும் கல்வி அறிவு மட்டுமல்ல. சுய மரியாதை, தற்காப்பு, தன்னை உணர்தல்,

தனக்கு இழைக்கப்படும் அநீதியைக் கேள்விக்குட்படுத்துவது என இவற்றை உள்ளடக்கியக் கல்வி தரப் பட வேண்டும். எனில், முதலில் அவர்களுக்கான பிரச்சனைகளை உரையாட, விவரிக்க வாய்ப்புகள் உருவாக்குவதும் இணைந்தது தான் கல்வி முறை.

அரசும் பெற்றோரும் கல்விச் செயல்பாட்டாளர்களும் இவற்றை கவனத்தில்கொள்ள வேண்டும்.

தொடரும் பெண் குழந்தைகளின் தற்கொலைகள்

எல்லாருக்குமே வாழ்க்கையில் மிகப் பெரிய கனவு அல்லது ஆசை இருக்கிறது. பெரும்பாலானவர்கள் அவர்களுக்கு வரக்கூடிய தடங்கல்களை, தோல்விகளைச் சந்தித்து சமாளித்து வாழக் கற்றுக்கொள்கின்றனர். ஆனால், ஒருசிலர் இந்தத் தடைகளைக் கடந்து போக முடியாமல் தற்கொலை எண்ணத்திற்கு முயற்சி செய்கின்றனர்.

உலகத்தில் ஒரு வருடத்தில் 8 லட்சம் பேர் தற்கொலை செய்துகொள்வதாக ஐ.நா. அறிக்கையின் புள்ளிவிபரம் கூறுகிறது. கடந்த 50 ஆண்டுகளில் 60 சதவீதம் அளவுக்குத் தற்கொலை செய்யக்கூடிய எண்ணிக்கைக் கூடிக்கொண்டே போயிருக்கிறது. அதைத் தடுப்பதற்கான நடவடிக்கைகள் இருபத்தைந்து மடங்கு அதிகமாக யோசித்தால்தான் குறைக்க முடியும் என உளவியல் மருத்துவர்கள் கூறுகின்றனர்.

இந்திய அளவில் தமிழகத்தில் தற்கொலை மரணங்கள் நடப்பது கடந்த 2 ஆண்டுகளில் 10% அதிகரித்துள்ளது. தற்கொலை மரணங்களில் இந்தியாவிலேயே இரண்டாவது இடத்தைப் பிடிப்பது தமிழகம்தான். இந்தியாவில் நடைபெறும் தற்கொலைகளில் 11.5 சதவீத தற்கொலைகள் தமிழ்நாட்டில் நடைபெறுவதாக 2021 NCRB (National Crime Record Bureau) கொடுத்திருக்கிறது.

NCRB மத்திய குற்றப் பதிவேடு ஆவணக்காப்பகம் வெளியிட்டுள்ள

சு. உமாமகேஸ்வரி

கணக்கின்படி ஒரு நாளைக்கு 31 மாணவர்கள் தற்கொலை செய்து கொள்கின்றனர்.

சமீபத்தில் தமிழ்நாட்டில் நடந்த பள்ளி மாணவியர் தொடர் தற்கொலை குறித்து சில விபரங்கள். கோவை மாவட்ட மாணவி ஒருவர் கடிதம் எழுதி வைத்துவிட்டுத் தற்கொலை செய்துகொள்கிறார். இது கடந்த 2021 டிசம்பரில் நாம் பார்த்தது. இதன் முக்கியக் காரணம் பாலியல் தொல்லை காரணமான ஆசிரியரைப் பற்றிக் கடிதம் எழுதி வைத்துவிட்டு இறந்தார். இந்தச் சம்பவம் தனியார் பள்ளியில் நிகழ்ந்தது.

ஜனவரி 2022-ல் அரியலூரைச் சேர்ந்த மாணவி லாவண்யா தஞ்சாவூரில் தனியார் பள்ளி விடுதி ஒன்றில் பூச்சிக்கொல்லி மருந்து குடித்து தற்கொலை செய்துகொண்டார். இதற்கான காரணம், படிப்பின் மீதான சுமை, மத மாற்ற முயற்சி எனப் பல விஷயங்கள் கூறப்படுகின்றன.

2022 ஜூலை 21-ம் தேதி ஒன்பதாம் வகுப்பு மாணவி ஒருவர் தூக்குப் போட்டுத் தற்கொலை செய்துகொண்டார்... காரணம் ஆன்லைன் விளையாட்டு.

அதே ஜூலை மாதத்திலேயே பள்ளி மாணவியர் பலரது மரணம் நம்மை அளவில்லாத கவலைக்குள் அழைத்துச் செல்கிறது.

கடந்த இரு வாரங்களுக்கு முன்பு திருவள்ளூர் மாவட்டத்தில் அரசு உதவி பெறும் பள்ளி விடுதியில் தங்கிப் படிக்கும் +2 மாணவி தூக்கிட்டுத் தற்கொலை என்ற செய்தியையும் பார்த்திருப்போம்.

சேலம் மாவட்டம் மேட்டூர் அருகேயுள்ள மேச்சேரி பள்ளி மாணவி தற்கொலைக்கு முயன்ற சம்பவம் பெரும் பரபரப்பு ஏற்படுத்தியது.

கள்ளக்குறிச்சியில் மாணவி ஸ்ரீமதியின் மரணம் தற்கொலையா, கொலையா என்ற விவாதம் இன்னும் முடியவில்லை. ஆனாலும், நீதித்துறை தற்கொலை என்று முற்றுப்புள்ளி வைத்துவிட்டது.

கடலூர் மாவட்டக் கல்லூரி மாணவி குளிக்கும் போது வீடியோ எடுத்து மிரட்டுவதாகக் கூறி, கடிதம் எழுதி வைத்துவிட்டுத் தற்கொலை செய்துகொண்டது மார்ச் 2022 செய்தி.

கோவையைச் சேர்ந்த மாணவி ஸ்வேதா நீட் பயிற்சிக்காக கோவில்பட்டி தனியார் பயிற்சி மையத்தில் படிக்கும் போது தற்கொலை செய்து கொண்டது ஏப்ரல் 2022.

ஜூலை 16ஆம் தேதி அரியலூர் மாவட்டத்தில் மாணவி ஒருவர் தூக்குப் போட்டுத் தற்கொலை செய்துகொண்டார். நீட் தேர்வு பயத்தினால்தான் தற்கொலை செய்துகொள்வதாகக் கடிதம் எழுதி வைத்துவிட்டு இறந்தது செய்தி.

ஒரே மாதத்தில் இத்தனை தற்கொலைகள்... நீட் தேர்வின் அழுத்தம் ஐந்து வருடங்கள் முன் அனிதா மரணம் முதல் நேற்று திருவள்ளூர் மாவட்ட லட்சனா ஸ்வேதா வரை தற்கொலை வரலாறுகளாக நீளுகிறது.

பல்வேறு நிலைகளில் தற்கொலைக்கான காரணங்கள் இருந்தாலும் படிக்கும் மாணவர்களின் குறிப்பாகப் பெண் குழந்தைகளின் தற்கொலைகள் என்பது நம்மை அச்சம் கொள்ள வைக்கிறது இந்தச் சமூகத்தின் மீது.இந்த நொடிப் பிரச்னையினால் உடனே தற்கொலை என்று எடுத்துக்கொள்வதா அல்லது தொடர்ந்து அவர்களுக்குள் ஏற்படும் மன அழுத்தங்களால் தற்கொலை எண்ணம் வருகிறது என எடுத்துக்கொள்வதா என்று தெரியவில்லை.

பெண் குழந்தைகள் தேர்வைச் சந்திக்க பயம், தேர்வு எழுதினாலும் மதிப்பெண்கள் குறைந்துவிடும் என்ற பயம், ஆன்லைன் விளையாட்டு, உடல் நோய் என்று பல காரணங்களுக்காகத் தற்கொலை செய்துகொள்கின்றனர். ஆனால், எல்லாக் காரணங்களை விடவும் மிக முக்கியமாக அவர்கள் பாதிக்கப்படுவது பாலியல் சுரண்டல்களால் ஏற்படும் உடல் ரீதியான துன்புறுத்தல்கள் என்பதை ஆய்வுகள் நிரூபிக்கின்றன. நம் சமூகமும் நிரூபிக்கிறது.

உலகின் எங்கோ ஒரு மூலையில் 40 நொடிக்கு ஒரு தற்கொலையும் இந்தியாவில் பத்து நிமிடங்களுக்கு ஒரு தற்கொலையும் நடக்கின்றன. 15 -19 வயதிற்கு இடைப்பட்டவர்களின் இறப்புகளில் தற்கொலை நான்காவது காரணமாக இருக்கிறது என்கிறார் உளவியல் ஆலோசகர் சுனில் குமார். மேலும் தற்கொலை செய்து கொள்வதற்கு முன்பு, 15 முறையாவது அதற்கான முயற்சிகளை எடுப்பர், ஆனால் அவற்றில் தோல்வியுற்றுவிடவே செய்கின்றனர். சமீபக் காலமாகத்தான் 2018 இல் அரசு தற்கொலைகளுக்கு முயற்சி செய்பவர் மீது சட்ட நடவடிக்கை எடுப்பதை நிறுத்தியது (Decriminalize) என்கிறார். இதை ஒரு பொது சுகாதாரப் பிரச்னையாகப் பார்க்க வேண்டும். ஒரு தற்கொலையை உளவியல் ரீதியாக,

சமூக ரீதியாக, பொருளாதார ரீதியாக, அரசியல் ரீதியாக எனப் பல கோணங்களில் பார்க்க வேண்டும். சமூகப் பார்வையும் ஒரு தற்கொலையின் மீது இருக்க வேண்டும் .

எல்லாத் தற்கொலைகளையும் மன நோய் என்ற ஒற்றைக் காரணத்திற்குள் அடக்கி விடக் கூடாது. தேர்வு நேரத்திலோ தேர்ச்சி முடிவுகள் வரும் சமயத்திலோ ஏற்படும் தற்கொலைகளை மன நோய் என்பதற்குள் அடக்கிவிடக் கூடாது. கூட்டுக் கலவைப் பிரச்னைகளால் உருவாவதுதான் தற்கொலை. தற்கொலை முயற்சிகளில் ஈடுபடுவோர்களிடம் நடத்தை ரீதியான மாற்றங்களும் உருவாகும் என்பதைக் கவனிக்க வேண்டும்.

பெண் குழந்தைகளைப் பொறுத்தவரை பாதுகாப்பு என்பது சமூகத்தில் இல்லை. வீடுகளிலும் கிடைப்பதில்லை பள்ளி-கல்லூரி என எங்குமே பாதுகாப்பு கிடைப்பதில்லை. இந்த நிலை மாறவேண்டும். தற்கொலை முயற்சி குழந்தைகளிடம் வருவதைக் கண்டறிய, களைய உரையாடல்களே அவசியம். குழந்தைகளிடம் குறிப்பாகப் பெண் குழந்தைகளிடம் பாலியல் ரீதியான பிரச்னைகளை உருவாக்கக்கூடிய நபர்களைக் குறித்து வெளியில் சொல்வதற்கான தைரியத்தை வரவழைக்கக்கூடிய உரையாடல்கள் பள்ளிகளில் அவசியம்.

வீடுகளில் பெற்றோர்கள் குழந்தைகளிடம் பேச வேண்டும். அவர்களுக்கான பிரச்னைகளை அன்றாடம் காதுகொடுத்து கேட்கவேண்டும்.

விடுதி அமைப்புகள் பள்ளிகளில் இருக்கக் கூடாது, அருகமைப் பள்ளிகள் இருக்கும் பொழுது இது போன்ற தற்கொலை முயற்சிகள் ஏற்படாது. தேர்வுகளின் மீதான அழுத்தமும் பாடச் சுமையைக் குறைக்க வேண்டும். குழந்தைகள் விரும்பும் கல்வி மகிழ்ச்சியான கற்றலைக் கொடுப்பதற்கு அரசும் கல்வி முறையும் தயாராக இருக்க வேண்டும்.

ஆசிரியர் பெற்றோர் மாணவர் என்ற மூன்று தரப்பிலும் சரியான உரையாடல்கள் தொடர்ந்து நிகழும்போது பெண் குழந்தைகளுக்கான பிரச்னைகள் பெரும்பாலும் தவிர்க்கப்படும் என்பதில் மாற்றுக் கருத்து கிடையாது.

பள்ளிகளும் சக நண்பர்களும் மற்ற ஆசிரியர்கள் அனைவரும் கூடுதலாகப் பெண் குழந்தைகளின் மீது கவனம் செலுத்தி,

அவர்களுக்கான வழிகாட்டுதல்களைக் கொடுக்க வேண்டும்.

பள்ளி நடைமுறைகள் குழந்தைகளுடைய போக்கு ஆகியவற்றை வெளிப்படையாகக் கவனிக்கும் முறையும் அவர்கள் மீது அக்கறை கொண்ட சமூகமும் இங்கு தேவை. சிறு குழந்தைகள் என்றாலும் கல்லூரி மாணவர் என்றாலும் பெரிய வயதுடைய பெண்கள் என்றாலும் நம் சமூகத்தில் பாதுகாப்பு என்பதில்லை.

தற்கொலைகளைத் தடுப்பதற்கான முயற்சிகளை அரசும் பொதுநல அமைப்புகளும் தொடர்ந்து எடுத்துவருகின்றன. தற்போது நீட் தேர்வு எழுதிய மாணவர்களைத் தொடர்ந்து கண்காணிக்க 38 மாவட்டங்களிலும் மன நல ஆலோசகர்கள் குழு அமைக்கப்பட்டுள்ளதாக, நீட் தேர்வு முடிவுகள் வந்த உடன் நேற்று அறிவித்துள்ளது.

பெண்களுக்கான தீர்வு மையம் - 1091.

மன அழுத்தம் ஏற்பட்டாலோ தற்கொலை எண்ணம் உண்டானாலோ அதனை மாற்ற, மாநில உதவி மையம் : 104

சினேகா தற்கொலை தடுப்பு உதவி மையம் 044 24 64 0050 எனத் தற்கொலைக்கு எதிரான இலவச ஆலோசனை மையங்களும் சமீபக் காலமாக அதிகரித்து வருகின்றன.

எத்தனை முயற்சிகள் எடுத்தாலும் பள்ளி குழந்தைகளைக் குறிப்பாகப் பெண் குழந்தைகள் தற்கொலைகளைத் தடுப்பதற்காக அரசும் மக்களும் தீவிரமான நடவடிக்கை எடுக்க வேண்டும். அப்போதுதான் எதிர்காலப் பெண் குழந்தைகளுக்குச் சமூகத்தின் மீதும் மனிதர்களின் மீதும் நம்பிக்கை வரும். சுதந்திரமாக அவர்களது வாழ்க்கையைத் தொடர வழிகாட்டும்.

ஹிஜாப் அணிவது எனது உரிமை!

வகுப்பறையில் அன்றைய நாள் செய்தித்தாளை வாசிக்கக் கூறியிருந்தேன்.

25 குழந்தைகள் கைகளில் அன்றைய சிறப்பு இதழாக கலாம் பிறந்த நாளையொட்டி வெற்றிக் கொடி இதழ் கொடுக்கப்பட்டிருந்தது.

வகுப்பில் பயிலும் இரு முஸ்லிம் குழந்தைகளில் ஒருவர் செய்தித்தாளை எடுத்துக்கொண்டு என்னிடம் ஓடிவந்தார்.

"மிஸ்... இது பத்தி நான் சொல்லணும்..." என்று அவசரமாகக் கூறினார்.

"இருடா... சொல்லலாம்" என்று சொல்லிவிட்டு, அப்படி என்ன வந்திருக்கிறது என்று செய்தித்தாளைப் பார்த்தபோது துணுக்குற்றேன். இது ரொம்ப நுட்பமாக அணுக வேண்டிய செய்தி. என்ன செய்யலாம்?

2022 அக்டோபர் 13-ம் தேதி ஹிஜாப் வழக்கில் இரு வேறு விதமான தீர்ப்புகளை உச்சநீதிமன்றத்தின் இரு நீதிபதிகள் அமர்வு வழங்கியது குறித்த செய்திதான் அது. தனக்கான செய்தி, தன்னைப் போன்றோருக்கான செய்தி என்று எண்ணி இருக்கிறார் அந்த மாணவி. அப்போது அந்தக் குழந்தையைப் பேசவைப்பதுதான் சரி எனத் தோன்றியது.

பெண் குழந்தைகள் படிக்கும் பள்ளி இது. குறிப்பிட்ட சதவிகிதம் மூஸ்லிம் குழந்தைகள் படிக்கின்றனர். அவர்கள் பார்வையில் என்ன கூறப்போகிறார் அந்த மாணவி என்ற எதிர்பார்ப்போடு, சொல்லச் சொன்னேன்.

“என் பெயர் உமம்மா ஆயிஷா. இன்னிக்கு இப்படி ஒரு தீர்ப்பு சொல்லி இருக்காங்க” என்று கூறி, செய்தியை வாசித்தார். அவரே ஓரிடத்தில் நிறுத்திப் பேச ஆரம்பித்தார்.

“கர்நாடகாவுல ஹிஜாப் பத்தி இப்படிச் சொல்லி இருக்காங்க, நானும் ஒரு முஸ்லிம் பொண்ணுதான். நான் ஹிஜாப் போட்டுதான் நடக்கிறேன். ஆனால், கர்நாடகாவில் இப்படிச் சொல்லிருக்காங்க” என்று மீண்டும் செய்தித்தாளைப் படித்து, மதரீதியாக என்ற இடத்தில் நிறுத்தினார்.

மதரீதியாக என்று சொல்வதெல்லாம் தப்பு, நான் ஹிஜாப் போட்டு வெளியில் நடக்குறதுதான் எனக்கான உரிமை. யூனிபார்ம் போடுறதுக்கு உரிமை இருக்கு. அதே மாதிரி ஹிஜாப் போடவும் உரிமை வேணும். போலீஸ், நர்ஸ் எல்லாம் அவங்களுக்கான யூனிஃபார்ம் போடறாங்க. ஆனா, ஹிஜாப் டிரஸ் முஸ்லிம்தான் போட முடியும். அதைப் போட விடணும். ஏற்கெனவே குஷ்பூ சொல்லி இருக்காங்க, அவங்க நடிகர், அவங்களும் முஸ்லிம்தான். ஹிஜாப் அணியறது அணியாதது அவங்க அவங்க விருப்பம்னு. எனக்கு ஹிஜாப் போடுவதுதான் பிடிக்கும். அது என்னுடைய படிப்புக்கு எந்த விதத்திலும் தடையில்லை” என்றார்.

அது மட்டுமல்ல, ஹிஜாப்புக்கு தடை விதித்த தீர்ப்பு எப்படி நியாயமாகும்? அது தவறு என்று நாற்பது மாணவிகள் முன்னிலையில் தைரியமாகப் பேசினார்.

அவரது கருத்துக்கு வலுசேர்க்கும்படி வகுப்பறையில் மற்ற மதங்களைச் சேர்ந்த குழந்தைகளும் சில கருத்துகளை முன்வைத்தனர். நாங்க சிலுவை அணிவது தடையில்லை தானே அப்படின்னா, அவங்க ஹிஜாப் போடறது எப்படித் தடையாகும் என்ற கேள்வியை முன்வைத்தனர். அதே போல நாங்க பொட்டு வைக்கிறோம், திருநீறு வைக்கிறோம், அது மாதிரிதானே அவங்க டிரஸ் போடறதும்? இதை எதுக்குத் தடை செய்யறாங்க?

இது ஓர் உரையாடல் அவ்வளவுதான். ஆனால், இதன் பின்னணியில் அந்தக் குழந்தைகளின் சிந்தனை எவ்வளவு ஆரோக்கியமாக இருக்கிறது என்பதைப் புரிந்துகொள்ள முடிகிறது.

நாம் இப்போது பிரச்னைக்கு வருவோம். கர்நாடகாவில் அரசுக் கல்லூரியில் முஸ்லிம் மாணவிகள் ஹிஜாப், பர்தா, புர்கா போன்றவற்றை அணிவதற்குத் தடை விதித்து பிரச்னை நடந்துகொண்டிருந்தது.

இதை எதிர்த்து அங்கு பயின்ற 6 முஸ்லிம் மாணவிகள் போராட்டம் நடத்தினர். அந்த மாவட்டத்தின் பக்கத்து ஊர்களில் உள்ள கல்லூரிகளைச் சேர்ந்த மாணவர்களும் இந்தப் போராட்டத்தில் இணைந்துகொண்டனர். இது இந்துத்துவா அமைப்பு - முஸ்லிம் அமைப்புகளுக்கு இடையேயான பிரச்னையாகப் பார்க்கப்படுகிறது. நாடு முழுவதும் அதிர்வலைகளை ஏற்படுத்திய இந்தச் செய்தியால் கர்நாடகாவில் பள்ளி, கல்லூரிகளுக்கு விடுமுறை அளித்தனர். பிரச்னைக்கு முடிவு இல்லாமல் நாளுக்கு நாள் வளர்ந்து அந்தக் கல்லூரியின் மாணவிகள் கட்டாயமாக ஹிஜாப் அணிந்து வரக்கூடாது என்று கர்நாடக மாநில அரசு தடை விதித்தது.

அதைத் தொடர்ந்து உடுப்பி கல்லூரியில் உள்ள இஸ்லாமிய மாணவிகள் உயர்நீதிமன்றத்தில் இது குறித்து மனு தாக்கல் செய்தனர். இதை விசாரித்த உயர்நீதிமன்றம் இஸ்லாம் மதத்தில் ஹிஜாப் அணிவது கட்டாயம் இல்லை என்று இருப்பதனால் மாணவிகள் அணிந்து வரக் கூடாது என்று 2022 மார்ச் 15 அன்று தீர்ப்பளித்தது.

மீண்டும் மாணவிகள் இதை எதிர்த்து உச்சநீதிமன்றத்தில் மனு தாக்கல் செய்தனர். கடந்த ஒரு மாத காலமாக இந்த மனுவைக் குறித்து விசாரிக்கும் பொழுது உச்சநீதிமன்றத்தில் ஹேமந்த் குப்தா, சுதன்ஷு துலியா நீதிபதிகள் அடங்கிய அமர்வு இந்த வழக்கை விசாரித்தது.

இரண்டு நீதிபதிகளும் இருவேறு முடிவுகளைத் தீர்ப்புகளாக வழங்கினர். ஹேமந்த் குப்தா ஹிஜாப் அணிவது தடை செய்வதை ஏற்கிறார். ஆனால், துலியா நீதிபதியோ பெண்களின் கல்வி முக்கியம், ஆகவே இதை ஒரு மதம் சார்ந்த விஷயமாக பார்க்காமல் உயர்நீதிமன்றம் போட்ட தடையை அகற்றி அரசு போட்ட தடையையும் நீக்குகிறார்.

இங்கிருந்துதான் நாம் ஆரம்பிக்க வேண்டும், பெண் குழந்தைகளின் கல்வி எத்தகைய முக்கியத்துவம் வாய்ந்தது என்று அதன் வரலாறு நமக்குத் தெரியும். இன்று ஒரு குழந்தை

பள்ளிக்கு வருவது பொதுவாகப் பெண் குழந்தை பள்ளிக்குள் காலடி வைக்கக்கூடிய சூழல் எத்தகைய சவால்களைக் கடந்து வந்துள்ளது என்பதைக் கவனத்தில் கொள்ள வேண்டும்.

பெண்கள் குழந்தைகளாக இருக்கும்போதே அவர்களுக்கு இந்தச் சமூகம் தரக்கூடிய அழுத்தம் பற்றி அறிவோம். ஆணாதிக்க சமுதாயத்தில் ஏற்படக்கூடிய பிரச்னைகள் எல்லாவற்றையும் தாண்டி ஒரு குழந்தை பள்ளிக்கு கல்வி கற்க வருகிறது என்றால், அதனுடைய ஆடையைக் காரணமாகக் காட்டி இத்தகைய பிரச்னையை எழுப்புதல் நியாயமாகுமா?

இதை மதம் சார்ந்த நோக்கில் பார்ப்பதே தவறு. ஆனால், பெண் கல்வியின் முக்கியத்துவத்தை உணர்ந்த நீதிபதி துலியா, வேறு கோணத்தில் மிகச் சரியாக இந்த வழக்கை அணுகி இருக்கிறார்.

துலியா தனது வாதத்திற்கு வலுசேர்க்கும் வகையில் தென்னாப்பிரிக்க உச்சநீதிமன்றத்தில் வாதித்து வழங்கிய தீர்ப்பை மிக விரிவாக முன்வைத்து விளக்குகிறார்.

தென்னாப்பிரிக்காவில் வாழக்கூடிய தமிழ்க் குடும்பத்தைச் சேர்ந்த ஒரு மாணவி, பள்ளிக்கு மூக்குத்தி அணிந்து செல்கிறார். அப்பொழுது அவரது பள்ளி நிர்வாகம் மூக்குத்தி அணிவதை ஏற்காமல் தடை செய்தது. பத்தாம் வகுப்பு பயிலும் மாணவி சுனாலி அதை மறுத்து அவரது பெற்றோரை அழைத்துவருகிறார்.

பெற்றோர் அவரது கலாச்சாரத்தின் அடிப்படையில் இதை அணிந்திருப்பதாகக் கூற அதற்கு பள்ளி மறுப்பு தெரிவித்தது. மாணவியின் இந்த மூக்குத்திப் பிரச்னை வழக்காக மாறியது. தென் இந்தியாவில் பெண்களின் கலாச்சாரம், நம்பிக்கைக்கு உரித்தானது. பொதுவெளியில் இன்னொருவரைத் துன்புறுத்தாத ஒருவரின் அதீத நம்பிக்கையைக் குறைத்து மதிப்பிடக்கூடாது என தென் ஆப்பிரிக்கா நீதிமன்றம் உத்தரவிட்டு, மூக்குத்தி அணிவதற்கு அனுமதி அளிக்க பள்ளிக்கு உத்தரவிட்டது. இது உச்சநீதிமன்றம் வரை சென்று கிடைத்த தீர்ப்புதான்.

இந்த விவரங்களையெல்லாம் தனது ஹிஜாப் தீர்ப்பில் விரிவாக எடுத்துரைத்திருக்கும் நீதிபதி துலியா, பள்ளி நிர்வாகமும் அரசும் பதில் அளிக்க வேண்டிய முக்கியமான கேள்வியை முன்வைக்கிறார்:

சு. உமாமகேஸ்வரி

நமக்கு தற்சமயம் முக்கியமானது ஒரு பெண் குழந்தையின் கல்வியா அல்லது சீருடை விதிகளை அமலாக்குவதா?

ஆகவே எட்டாம் வகுப்பு பயிலும் மாணவி உமம்மா ஆயிஷா கூறியது போல உடை என்பது உடுத்துபவரது சுதந்திரம், உரிமை சார்ந்தது. அதை வைத்துப் பெண் கல்வியைத் தடை செய்வதை இந்தச் சமூகம் ஏற்கக் கூடாது. அது பெண்களை ஒடுக்குவதற்கு ஒரு வழியாகிப் போகும்.